சந்திரகிரி ஆற்றங்கரையில்

சாரா அபூபக்கர்

தமிழில்: தி. சு. சதாசிவம்

HER Stories

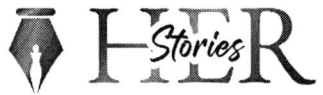

சந்திரகிரி ஆற்றங்கரையில்...

நாவல்

சாரா அபூபக்கர்

Chandragiri Aatrangaraiyil...

© Sara Aboobacker

Tamil Translation © Sneha Publishers

ஹெர் ஸ்டோரிஸ் ஆசிரியர்கள்

நிவேதிதா லூயிஸ், சஹானா & வள்ளிதாசன்

வெளியீடு

ஹெர் ஸ்டோரீஸ்

15, மகாலக்ஷ்மி அபார்ட்மெண்ட்ஸ், 1, ராக்கியப்பா தெரு, மயிலாப்பூர், சென்னை-600004

📞 +91 75500 98666 ✉ strong@herstories.xyz 🌐 www.herstories.xyz

நூல் வடிவமைப்பு

UK Designs **உதயா**

நூல் உருவாக்கம்

கலைடாஸ்கோப், சென்னை 📞 +91 98409 69757

HS books # 0008 | Her Stories Literature # 0002

முதல் பதிப்பு

2023 ஜனவரி

₹ 150

அறிமுகம்

சமுதாயப் பொறுப்புணர்வுமிக்க ஒரு கலைஞனுடைய உள் உணர்ச்சிகளின் எழுத்து வடிவமே, நாவல். சமூகத்தோடு ஒன்றி வாழ்ந்து, தாம் வாழும் சமூகத்தைக் கூர்ந்து நோக்கி, அந்தச் சமூகத்திலிருந்து தம் பார்வை அப்பி எடுத்த விஷயங்களை, ஓர் ஆழ்ந்த சிந்தனைக்குப்பின் அதே விஷயங்களில் தேவையானவற்றை மட்டும் கலைத் தன்மையோடு திருப்பிச் சொல்கிறோம், நாவலில். ஆனால், இந்தத் திருப்பிச் சொல்லுதலில் கலைஞனுடைய சொந்தப் பார்வையில் நிழற் பதிவு மிக அவசியமாகும். பார்வையின் நிழற் பதிவு என்பது, படைப்பில். பக்கத்திற்குப் பக்கம் பதிய வேண்டுமென்பது அல்ல. அப்படியான பதிவு ஒரு நல்ல படைப்பின் சிறப்பு அம்சமாகாது. நாவல் முழுவதும் வாசித்து முடித்தபின் அந்த நாவல் முச்சூடும் படைப்பாளியின் சொந்தப் பார்வையின் நிழல் விழுந்திருப்பதை வாசகனால் ஊகித்து அறியும் அளவுக்குப் படைப்பில் பார்வை உள்ளடங்கி இருக்க வேண்டும்.

இந்தக் கருத்தின் அடிப்படையில்தான் 'சந்திரகிரி ஆற்றங்கரையில்' நாவலை அணுக வேண்டும். இந்நாவல் முஸ்லீம்களிடையே எப்பொழுதும் நடந்துகொண்டிருக்கும் ஒரு சமூகப் பிரச்னையைத்தான் சொல்கிறது. வாசிப்பில், மிகச் சாதாரணக் கதையாகவே தோன்றும். எந்தவித அலங்கார அணிகலன்கள் இன்றி நேரிடையாகக் கதை சொல்லப்படுகிறது. கதை மிகச் சாதாரணமானதாக இருந்தபோதிலும், ஆசிரியர் இந்தக் கதை வாயிலாகச் சொல்லும் விஷயம், ஆழ்ந்து சிந்திப்போமேயானால்

ரொம்பவும் கனமானது என்று உணர முடியும். கனமான ஒரு விஷயத்தை அடிப் பிறழாமல் ஒரு சாதாரணக் கதை மூலம் சாதாரண வாசகர் மனங்களிலும்கூடப் பதியும்படி எழுதியிருப்பதுதான், இந்நாவலின் சிறப்பு அம்சங்களில் ஒன்று.

அறிவு விரிந்த இன்றைய சமூதாய அமைப்பில், முஸ்லீம் பெண்களைப் பொருத்த வரையில் முந்தைய சமுதாய அமைப்பிலிருந்து முன்னேற்றமாக, சிக்கல்கள் இல்லாத வாழ்க்கையை இன்று அவர்கள் வாழ்கிறார்கள் என்று சொல்வதற்கில்லை. காரணம், அவர்களது வாழ்க்கைப் பாதை ஓரங்களில் ஆபத்து எப்போதும் பதுங்கிக்கொண்டே இருக்கிறது. இன்று இந்தியாவில் தேசிய கவனம் ஈர்த்த இரு முக்கிய சமூகப் பிரச்னைகள், முஸ்லீம் பெண்களைச் சார்ந்தவை. 1. 'மதாஅ' என்று அரபியில் சொல்லப்படும் ஜீவனாம்சம், 2. ஒரே இருப்பில் ஒரே நேரத்தில் சொல்லப்படும் மூன்று 'தலாக்' (மண முறிவு) மூலம் விவாகரத்து செய்தல். இவை இரண்டு மட்டும்தான் வெளி உலகத்திற்குத் தற்போது தெரியவந்துள்ள முஸ்லீம்களின் உள்விவகாரங்கள். இதைத் தவிர, பிறர் கவனத்திற்கு வராத, முஸ்லீம் சமுதாயத்திற்குள், குறிப்பாக முஸ்லீம் பெண்களை வலுவாகப் பாதிக்கிற பிரச்னைகள் இன்னும் பல உள்ளன. அவற்றில் மிக முக்கியமான ஒன்றைத்தான் ஆசிரியை இந்தக் குறுநாவல் மூலம் சொல்கிறார். ஆசிரியை அதைத் தன் சுய கருத்தாக எங்குமே கூறாமல், ஓர் அனுபவ வெளிப்பாடு போல இயல்பாகச் சொல்கிறார். இப்படி ஆசிரியை சொல்லாமல் சொல்லும் ஒரு பிரச்னையின் ஆழத்திற்குள் வாசகனை இழுத்துச் செல்லும் எழுத்து நுட்பம், நம் சிந்தனையைத் தூண்டிவிடுகிறது.

தலாக், ஜீவனாம்சம், மறுமணம் முதலியவை பற்றி, குரான் மிகத் தெளிவாகவும் விரிவாகவும் சந்தேகமற்ற முறையில் விளக்குகிறது. பெண்களுக்கு உரிமையும் பாதுகாப்பும் அளிக்கின்ற வகையில் திருமறைக்கூற்றுகள் அமைந்துள்ளன என்பது, ஒருமுறை வாசிக்கும் யாருக்கும் எளிதில் புரியும்.

அப்படியிருக்க ஏன் இந்தச் சிக்கல்கள்? சமுதாயத்தில் மேலோங்கிக் காணப்படும் ஆண் ஆதிக்கச் சக்திகள், தங்கள் வசதிக்கேற்றாற்போல குரான் வசனங்களுக்கு விளக்கம் கொடுக்க, கலீபாக்கள் காலத்தில்

நிகழ்ந்த சில விதிவிலக்குகளை முன் உதாரணங்களாகச் சுட்டிக் காட்டி, திருமறை வரையறை செய்த சட்டங்களை மீறினர். மீறப்பட்ட சட்டங்கள் மூலம் நடைமுறைப்படுத்தப்பட்ட சில பழக்க வழக்கங்கள், நாளடைவில் பாமர மக்களிடையே சட்டமாகவே அறியப்பட்டன. கறுப்பு அங்கி மாட்டிய இந்தப் பழக்க வழக்கங்கள், காலப்போக்கில் பெண்கள் வாழ்க்கையில் நெருப்பைக் கொட்டின.

இதற்குச் சில புரோகிதர்களுடைய ஒத்துழைப்பும் உறுதுணையும் இருக்கின்றன என்பது மறுக்க முடியாத உண்மை. இந்த நடைமுறைச் சட்டங்களால் பாதிக்கப்பட்ட பெண்களுக்காகக் குரல் எழுப்பினால், முன் காலங்களில் நடந்த சில நிகழ்ச்சிகளை, அவற்றின் மீதான விதிகளைப் பொதுமைப்படுத்தி, அவற்றை எடுத்துக் காட்டாகக் காட்டி, சில புரோகிதர்கள் எதிர்ப்பாளர்களின் வாயை மூடி வருகின்றனர்.

இப்படிச் சில வசதிகளுக்காக இஸ்லாமியச் சட்டங்களில் கை நுழைத்துக் காலம் காலமாக முஸ்லீம் பெண் சமுதாயத்திற்குத் தீங்கு விளைவிப்பதில், ஆண்களோடு சில புரோகிதர்களும் கைகோத்து நின்ற ஒரு நெடிய வரலாறு இச்சமுதாயத்திற்கு உண்டு என்பதை இங்கு குறிப்பிட வேண்டும்.

இக்குறுநாவலில் வரும் கதாபாத்திரங்களைப் போன்ற மனிதர்கள் இப்போதும் வாழ்கிறவர்களே. இவர்களில் நாதிரா–மஹமத்கான் என்ற இரு கதாபாத்திரங்களை மையமாக்கித்தான் கதை சொல்லப்படுகிறது. பல சமூகக் கொடுமைகளுக்கு ஆளாக்கப்பட்ட முஸ்லீம் பெண்களின் முகத்தோற்றத்தோடு நாதிராவும், பெண்களுக்குக் கொடுமை இழைக்கும் ஆண் ஆதிக்கச் சக்தியின் அம்மைத் தழும்பு உள்ள முகத்தோற்றத்தோடு மஹமத்கானும் இந்நாவலில் வாழ்கின்றனர். நாவல் ஆசிரியை எதைச் சொல்ல நினைக்கின்றாரோ அதை இவ்விரு கதாபாத்திரங்கள் வாயிலாகச் சொல்லிவிடுகிறார். இக்கதையிலும் இப்பாத்திரப் படைப்பிலும் என்ன புதுமையிருக்கிறது என்ற ஒரு கேள்வி எழலாம். முஸ்லீம் சமுதாயத்தின் உள்வட்டங்களை நெருக்கமாகத் தெரியும் ஒவ்வொருவருக்கும், இதில் உள்ளடங்கி உள்ள புதுமையும் புரட்சியும் புரியும். இந்த நாவலைப் பொருத்தவரையில் கதையல்ல முக்கியம். இது வாயிலாகச் சொல்லவந்த விஷயமே முக்கியம்.

— தி.சு.சதாசிவம்

'சந்திரகிரி ஆற்றங்கரையில்' நாவலுக்காக
சாகித்ய அகாதமி விருது பெற்ற மொழிபெயர்ப்பாளர்

1

சந்திரகிரி ஆறு மேற்குத் தொடர்ச்சி மலையில் பிறந்து மேற்குத் திசையிலேயே ஓடி அரபிக்கடலை அடைகிறது. அது கடலில் கலப்பதற்கு முன்பு, ஒருபக்கம் தன் போக்கை மாற்றிக்கொண்டு வடக்கிலிருந்து தெற்காகச் சற்றுத் தொலைவு ஓடிப்பார்த்து விட்டு மீண்டும் மேற்குப்புறமாக ஓரிரண்டு மைல்கள் மெல்ல நடந்து கடலை அடையும். இப்படி வடக்கு தெற்காக அது ஓடும் பகுதியில், அதன் கிழக்கில் இருக்கும் சிற்றூர் கிளியூர். மேற்குப் பக்கத்தில் பாகோடு.

மஹமத்கானின் வீடு இருப்பது சந்திரகிரி ஆற்றின் கிழக்கிலிருக்கும் கிளியூர் கிராமத்தில். ஆற்றங்கரையிலிருக்கும் ஓர் ஏக்கர் தென்னந்தோப்பும் அதன் நடுவில் அமைந்திருக்கும் வீடும்தான் மஹமத்கானுக்கு இருக்கும் ஒரே சொத்து. இரண்டு மூன்று பசுக்கள், நான்கைந்து ஆடுகள் அவற்றின் குட்டிகள், சில கோழிகள் இவையெல்லாம் மஹமத்கானின் மனைவி ஃபாத்திமாவின் அசையும் சொத்துகள்.

தேங்காய்களை விற்பது, தென்னங்கீற்றுகளைக் கணவன், மனைவி இருவரும் முடைந்து விற்பது, பசு, ஆடு ஆகியவற்றின் பாலை விற்பது, கோழிகளையும் முட்டை களையும் விற்பது போன்றவை இவர்களின் வியாபாரம். இந்த வரும்படிகளிலிருந்து வீட்டுச் செலவையும் சில்லறைச் செலவுகளையும் ஈடுகட்டிவந்தனர்.

மஹமத்கான் சற்று முரட்டுக் குணம்கொண்டவர், முன்கோபி. தான் சொல்வதே நடக்க வேண்டும் என்னும் பிடிவாதம் உள்ளவர். உடலை வளைத்து எந்த வேலையையும் செய்ய மாட்டார். ஃபாத்திமா இரவு பகல் பாராமல் பாடுபட்டு உழைப்பதால் எப்படியோ குடும்பம் நடந்துகொண்டிருந்தது. இப்போது இளைய மகள் ஜமீலா பீடி சுற்றக் கற்றுக்கொண்டிருந்தாள். பீடிக்கு வேண்டிய பொருட்களைக் கடையிலிருந்து கொண்டுவருவது, கட்டி முடித்த பீடிகளைக் கடைக்குக் கொண்டுபோவது, அதற்கான பணத்தை வாங்கிக் கொண்டு வீட்டுக்கு வேண்டியவற்றை வாங்கிக்கொண்டு வருவது போன்றவைதாம் மஹமத்கானின் வேலை.

மஹமத்கானின் மூத்தமகள் நாதிரா திருமணம் முடிந்து கணவன் வீட்டிலிருந்தாள். ஒரு குழந்தையும் இருந்தது. அவளின் கணவன் வீடு இருப்பது ஆற்றுக்கு மேற்குப் பக்கத்தில். கிளியூர் படகுத் துறையில் தோணியில் அமர்ந்து ஆற்றைக் கடந்தால் மறுகரை பாகோடு கிராமம். அங்கிருந்து வடக்காக ஓரிரண்டு மைல்கள் நடந்தால் மணிப்புரா நகரை அடையலாம். இந்த நகரத்தில் நாதிராவின் கணவன் ரஷீத் சிறியதாக ஒரு கடை வைத்து வியாபாரம் செய்துகொண்டிருந்தான். நகரத்திலிருந்து அவனது வீட்டுக்குச் சுமார் மூன்று மைல் நடந்து போகவேண்டும்.

எப்போதோ வரும் பஸ்ஸிலும் போகலாம். அவன் வீடு இருந்த கிராமத்தின் பெயர் காவள்ளி. அங்கே, ஓர் அரை ஏக்கர் தென்னந்தோப்பு, ஏதோ சில வாழை மரங்கள், பாக்கு மரங்களின் நடுவில் இவனது சிறிய வீடு. வீட்டில் அவன் தாய், மனைவியைத் தவிர வேறு யாரும் இல்லை. இப்போது ஓர் அழகான ஆண் குழந்தை. தோட்டத்திலிருந்து வரும் வருமானம், வியாபாரத்தில் கிடைக்கும் சிறிது லாபம் இவற்றைக் கொண்டு அதிகத் தொல்லையேதும் இல்லாமல் குடும்ப வாழ்க்கை ஓடிக்கொண்டிருந்தது.

ரஷீத் நாதிராவைத் திருமணம் முடித்தபோது, அவளுக்குப் பதினான்கு வயதுகூட நிறைந்திருக்கவில்லை. அவனுக்கு

இருபத்து மூன்று வயது முடிந்திருந்தது. வீட்டில் தனியாக இருந்த தாயின் வற்புறுத்தலுக்குக் கட்டுப்பட்டு அவன் திருமணத்திற்குத் தலையாட்டினான். மஹமத்கான் மகளின் திருமணத்தைத் தம்மாலானவரை ஆடம்பரமாகவே செய்து தந்திருந்தார். பெண்ணுக்குப் பத்துப் பவுன் தங்க நகைகளும் இரண்டாயிரம் ரூபாய் வரதட்சணையும் கொடுத்து, திருமணத்தையும் ஊரெல்லாம் பாராட்டும்படி நடத்தியிருந்தார். நூறு ரூபாய்க்கு ஒரு பவுன் தங்கம் கிடைத்துக்கொண்டிருந்த காலமாக இருந்ததால், பத்துப் பவுன் நகை செய்ய அவருக்கு அப்படியொன்றும் சிரமமாக இல்லை.

ரஷீத் தனக்கு வந்த வரதட்சணைப் பணத்தில் புது மணப் பெண்ணுக்கு ஒன்றிரண்டு நகை செய்து போட்டான். எஞ்சிய பணத்தில் அவளுக்குத் தேவையான துணிமணிகளை வாங்கிக் கொடுத்தான். அது அந்த ஊராரின் நடைமுறை. மணப்பெண்ணுக்கு நகைகள், துணிமணிகள் போன்றவற்றைக் கணவனின் வீட்டிலிருந்து அவரவர் தகுதிக்குக் தகுந்தாற்போல் கொடுக்க வேண்டும். இந்த வரதட்சணைப் பணத்தை மணமகனின் வீட்டார் இந்த வகையில்தான் செலவு செய்வார்கள். ரஷீத்தும் அவன் தாயும்கூட இந்த வழக்கத்துக்கு மாறாகப் போக விரும்பவில்லை.

நாதிராவைத் திருமணத்துக்கு முன்பு ரஷீத் பார்த்ததில்லை. அவன் அம்மா ஆமினா மட்டும் போய்ப் பார்த்தாள். முஸ்லீம்களில் பெண்ணின் முகத்தைத் திருமணத்துக்கு முன்பே மணமகனாகப் போகும் பையன் பார்க்கும் பழக்கம் இல்லையல்லவா! பெண்ணைப் பார்த்துவிட்டுவந்து தாய் சொன்னது ரஷீத்தின் நினைவில் இப்போதும்கூடப் பசுமையாக இருக்கிறது.

“பாரு ரஷீது, பொண்ணு இன்னும் சின்னவளாயிருந்தாலும் பாக்கறதுக்கு ரொம்ப நல்லாயிருக்கிறா. பெரிசு பெரிசா கண்ணுங்க... ஒடம்பு தாளம்பூ நெறம்... எல்லாம் இருக்கு. குர்ஆன் நல்லா படிச்சி தெரிஞ்சி இருக்கிறா. அஞ்சு வேளையும் தப்பாம தொழுகை பண்றா. கல்யாணம் ஆகவேண்டிய பொண்ணுங்க எப்பிடியிருக்கணுமோ அப்பிடியிருக்கிறா. பதினஞ்சு பதினாறு வயசுக்கெல்லாம் அவ பாக்க ரொம்ப அழகா இருப்பா...”

“அவ்வளவு சின்னப் பொண்ணு எனக்கு வேண்டாம்மா” என்று அவன் சொன்னதற்கு அவன் தாய் சொன்னாள்...

“இன்னும் என்னா, அவ பாட்டிய கல்யாணம் கட்டிக்கிறயா? என்னெ உங்க வாப்பா நிக்கா பண்ணிக்கிட்டப்போ எனக்குப் பத்து வயசு...”

தாய் எவ்வளவுதான் சொன்னபோதும் மணப்பெண் மிகவும் சிறியவள் என்பது அவன் மனதை இன்னும் அரித்துக்கொண்டே இருந்தது. ஆனால், தாய் பேச்சுக்கு மறுபேச்சுப் பேச முடியாமல் அவன் திருமணத்துக்குச் சம்மதம் தந்தான்.

தன் உடம்பின் மீது புலியோ கரடியோ விழுந்து தன்னைப் பிய்த்துத் தின்னப் போகிறது என்று பயத்தில் நடுங்கிக் கொண்டிருந்தாள்.

அவன் முதன்முறையாக அவளைப் பார்த்தது மணம் முடிந்த அன்று இரவுதான். நடுத்தர வயதுப் பெண்கள் சிலர் சேர்ந்து கிராமியப் பாடல்களைப் பாடிக்கொண்டு மணப் பெண்ணை வலுக்கட்டாயமாகப் பிடித்துவந்து அறைக்குள் தள்ளி, கதவைச் சாத்தி வெளியே தாழ்ப்பாள் போட்டுக்கொண்டபோது, அவள் தன் இரு கைகளாலும் முகத்தை மூடிக்கொண்டு விக்கிவிக்கி அழத்தொடங்கினாள். உடல் முழுக்கத் தங்க நகைகளைப் பூட்டிக்கொண்டு, சரிகை நிறைந்த பனாரஸ் பட்டுப் புடவையுடுத்தி, அதன் தலைப்பை தலை முழுக்கப் போர்த்திக்கொண்டு, சுவரைப் பார்த்தவாறு நின்று, முகத்தை மூடிக்கொண்டு அழுதுகொண்டிருக்கும் இந்தச் சின்னஞ்சிறுமியை எப்படிச் சமாதானப்படுத்துவதென்று தெரியாமல் ரஷீத் விழித்துக்கொண்டிருந்தான். கட்டிலில் உட்கார்ந்திருந்த அவன், சில விநாடி அவளையே பார்த்துக்கொண்டிருந்தான். பிறகு மெதுவாக எழுந்து அவளருகில் வந்தான். தன் பின்னால் காலடி ஓசை கேட்டதாலோ என்னவோ அவளது அழுகை மேலும் வலுத்தது.

“நாதிரா”

மிகவும் மெல்லிய குரலில் ரஷீத் அவள் பெயரைச் சொல்லி அழைத்தான். தன்னுடையவளான இச்சிறுமியின் முகம் எப்படியிருக்கும் என்று பார்க்கும் ஆர்வத்தோடு அவனிருந்தான்.

இதோ ஆயிற்று, தன் உடம்பின் மீது புலியோ கரடியோ விழுந்து தன்னைப் பிய்த்துத் தின்னப் போகிறது என்று

பயத்தில் நடுங்கிக்கொண்டிருந்தவளுக்கு, மிகவும் மெல்லிய இனிமைபொழியும் இந்தக் குரல் காதில் விழுந்ததும், அதைச் சற்றும் எதிர்பார்த்திராத அவள் என்ன செய்வதென்று தெரியாமல் தடுமாறிப் போனாள். தேம்பல் நின்றுபோயிற்று. இருந்தாலும் அவள் முகத்தை மூடியிருந்த கைகளை எடுக்கவேயில்லை. தலைமீது போர்த்தியிருந்த முக்காடும் விலகவில்லை.

"என்னைப் பார்த்தா உனக்குப் பயமா? நான் என்ன புலியா?" என்று ரஷீத் அதே மெல்லிய குரலில் கேட்டபோதும் அவள் அப்படியே சிலைபோல முகத்தை மூடிக்கொண்டு நின்றாள். அவன் மெதுவாக, தான் கொண்டுவந்திருந்த பெட்டியைத் திறந்து அதனுள்ளிருந்தவற்றை ஒவ்வொன்றாக எடுத்து, அருகிலிருந்த மேஜையின்மீது வைக்கத் தொடங்கினான்.

"பாரு... உனக்காக என்னவெல்லாம் கொண்டு வந்திருக்கிறேன்? நீ மொகத்தை மூடிக்கிட்டா இதையெல்லாம் எப்படிப் பார்ப்பே?"

அவள் விரல்களின் சந்துவழியாக மெதுவாகப் பார்த்தாள். உடல் முழுக்கச் சரிகைப் பூக்கள் நிறைந்த சிவப்பு நிறச் சேலை கண்ணைக் கவர்ந்தது. அதை ஒருமுறை கையால் தொட்டுப் பார்க்க வேண்டும்போல இருந்தது. ஆனால், அங்கேயே அவன் நின்றுகொண்டிருந்தான். நறுமண எண்ணெய், பவுடர், செண்ட், ரிப்பன் இன்னும் என்னென்னவோ பொருட்கள் அந்தப் பெட்டியிலிருந்தன. ஒரு நொடி நாதிரா தன்னை மறந்துவிட்டாள். கை முகத்திலிருந்து விலகி அந்தச் சேலையைத் தொட்டது.

மெதுவாக அவன் அந்தக் கையின் மீது தன் கையை வைத்து விரல்களை வருடினான். கண்ணீரில் நனைந்த கன்னங்களும் கண்ணிமைகளும் அவனது முதல் பார்வைக்கு எதிர்பட்டன. ஓரக்கண்ணால் அவனைப் பார்த்தபோது அவன் மலர்ந்த புன்னகையோடு தன்னையே பார்த்துக் கொண்டிருந்தது தெரிந்தது. கணவன் என்றால் தலையில் பெரிய தலைப்பாகை கட்டிக்கொண்டு பெரிய வயிறோடும் வெளுத்த மீசையோடும் தன் அப்பாவைப்போல இருக்கும் (எதிர் வீட்டு பானுவுக்கு அந்த மாதிரியான கணவன் தானே வந்திருந்தான்!) ஒருவனாகத்தானிருக்கும் என்று எண்ணிக்கொண்டிருந்தவளுக்குத் தன் கணவனின் இந்த உருவம் அவள் எதிர்பாராத ஒன்றாக இருந்தது. அழகான முகம், அரும்பு மீசை, வாரிவிட்ட தலைமுடி, எல்லாவற்றையும்விட அந்தப்

புன்னகை, அந்த முதல் பார்வையிலேயே இருவரின் இதயப் பறவைகளும் சிறகு விரித்துக் கூத்தாடின... கூடிக் களித்தன.

இப்போது ரஷீத்துக்குத் துணிவு வந்தது. மெதுவாக அவளது கையைத் தன் கையில் எடுத்துக்கொண்டு, தன் கைக்குட்டையால் அவளது கன்னங்களைத் துடைத்தான்.

"நான் என்ன உன்னை அடிக்கப் போறனா? எதுக்கு அழுவுறே?"

ஊஹூம்... பதிலே இல்லை. பேசாமல் தலைகுனிந்து நின்றுவிட்டாள்.

"என்ன உனக்குப் பிடிக்கலையா? அப்படின்னா நான் எங்க வீட்டுக்குப் போகட்டுமா?" என்று ரஷீத் ஓர் அம்பை எய்தான்.

இவர் எவ்வளவு நல்லவர்! தனக்காக என்னவெல்லாம் கொண்டுவந்திருக்கிறார்! அப்படிப்பட்டவரோடு தான் சரியாகப் பேசாமல் போனால் அவர்தான் என்ன எண்ணிக்கொள்வார்?

"நான் போகட்டுமா?"

அவன் இன்னொரு முறை கேட்டான்.

"ஊஹூம்..."

ஓரக்கண்ணால் அவனைப் பார்த்தவாறே அவள் வேண்டாம் என்பதைப் போல் தலையசைத்தாள்.

"எங்கே... அப்படீன்னா எனக்கொருமுறை சரியா மொகத்தக் காட்டு!"

மெதுவாக நெருங்கிவந்து அவள் காதில் முணுமுணுத்தபொழுது ஓர் இனந்தெரியாத இன்பத்தை அவள் உணர்ந்தாள். அவள் தலை முக்காடு தானாகவே சரிந்தது. மெதுவாக அவனது கைகள் அவளை அணைத்தபோது அவளுக்குப் பயமேதும் ஏற்படவில்லை. அந்த உதடுகள் கன்னத்தின்மீது ஒட்டி உரசியபோது, அரும்புமீசை கன்னக்கதுப்பைத் தொட்டும் தொடாமலும் குத்தியபோது அவள் தன்னை மறந்தாள். இன்னும் சற்று நேரம் அந்த மார்பின்மீது அப்படியே சாய்ந்துகிடக்க வேண்டும் என்று தோன்றியது.

"நாதிரா, என்னைப் பார்த்தா இப்பவும் பயமா இருக்குதா?" என்று தன் கைகளுக்குள் அவளை அணைத்துக்கொண்டு அவன் கேட்டபோது, 'இல்ல... எனக்கு இனி எப்போதும் பயமே வராது'

என்று சொல்லவேண்டும் போலிருந்தது. ஆனால், வெட்கத்தினால் நாவெழாமல், வார்த்தைகள் தொண்டைக்குள்ளேயே அடங்கிப்போய்விட்டன.

"என் வீட்டுக்கு எப்போ வரப்போறே?" என்று அவன் கேட்டதும் அவள் உடனே, "நீங்க எப்போ கூட்டிகிட்டுப் போறீங்களோ அப்பவே" என்று சொல்லிட்டு அவனது மார்பில் முகம் புதைத்துக்கொண்டாள்.

ஒருநொடிக்கு முன்பு முகத்தை மூடிக்கொண்டு அழுதுகொண்டிருந்தவள் இவளா என்று அவன் வியந்து போய் நின்றுவிட்டான்!

2

ரஷீத், நாதிரா... இவர்களின் இல்லறம் எளிமையானது, இணக்கமானது. காலையில் எழுந்து கணவன் மனைவி இருவரும் குளித்துவிட்டு நமாஜ் செய்வார்கள். அத்தையும் நமாஜ் செய்வார். பிறகு வழக்கமான வேலைகள். வீட்டு வேலைகளை மாமியாரும் மருமகளும் பங்கிட்டுக்கொண்டு செய்வார்கள். ஆட்டுப் பால் கறப்பது, கோழிகளுக்குத் தீனிபோடுவது இவையெல்லாம் இப்போது நாதிராவின் வேலைகள். ரஷீத் தேநீர், சிற்றுண்டி முடித்துக்கொண்டு மணிப்புரத்திற்குப் புறப்பட்டுப் போனால், திரும்பி வருவது இரவு எட்டுமணி பஸ்ஸில்தான். இந்த பஸ்ஸைத் தவறவிட்ட நாட்களில் நடந்தே வீடு வரவேண்டியிருக்கும். கணவன் வீட்டுக்கு வராமல் நாதிரா சாப்பிடவே மாட்டாள்.

எப்போதாவது நகரத்தில் நல்ல மீன் வந்தால் ரஷீத் மீன் வாங்கிக்கொண்டு வீட்டுக்குச் சற்று விரைவாகவே வந்துவிடுவான். அதைக் கழுவி எடுப்பது, துண்டுதுண்டாக அரிந்தெடுப்பது,

காரம் சேர்ப்பது, குழம்பு வைப்பது, பொரித்தெடுப்பது போன்றவற்றை நாதிரா மகிழ்ச்சியோடு செய்வாள். இரவு நேர கடைசி நமாஜ் முடிந்த பின்னால் எல்லோரும் சாப்பிடுவார்கள். இவை இவர்களின் நாள்தோறும் நடைபெறும் வேலைகள். வெள்ளிக்கிழமை ரஷீத் கடைக்குப் போக மாட்டான். வீட்டிலேயே இருந்து தோட்டத்தில் ஏதாவது வேலை செய்வான். பாக்குச் செடிகளின் அடித்தண்டை சரிப்படுத்துவது, அவற்றிற்கு நீர் ஊற்றுவது, தென்னைமட்டைகளைப் பொறுக்கிச் சேர்ப்பது, அவற்றை விறகுக்காகச் சின்னச் சின்னத் துண்டுகளாக வெட்டிவைப்பது போன்ற வேலைகளையெல்லாம் செய்வான். இந்த வேலைகளில் நாதிராவும் கணவனுக்கு உதவியாக இருப்பாள். தென்னங்கீற்றுகளைப் பின்னும் வேலையை மட்டும் நாதிராவும் அத்தையும் செய்வார்கள். நடுப்பகலாகும்போது ரஷீத் மசூதிக்குப் போய் தொழுகை செய்துவிட்டு வருவான். வெள்ளிக்கிழமை மாலை மட்டும் மணிப்புரத்துக்குச் சென்று ஒரு சினிமா பார்த்துவிட்டு வருவான்.

ஒருமுறை நாதிரா கேட்டாள்: "சினிமான்னா எப்பிடியிருக்குங்க? ஒருமுறை என்னையும் கூட்டிப் போங்களேன்!"

உடனடியாக அவனால் எதுவும் சொல்ல முடியாவிட்டாலும் ஏனோ அவளது அந்த விருப்பம் அதற்குப் பிறகு அவனை உறுத்தத் தொடங்கியது. அதன் பிறகு அவன் சினிமாவுக்குப் போனாலும் அவனால் முன்போல தன்னை மறந்து சினிமாவை ரசித்துப் பார்க்க முடியவில்லை. நாதிரா அவனிடம் இப்படிக் கேட்டு, பிறகு அதை மறந்தே போய்விட்டிருந்தாள். ஆனால், அவனால் அதை மறக்கவே முடியவில்லை. முஸ்லீம் பெண்கள் யாரும் அங்கு திரையரங்குகளுக்குப் போகும் வழக்கமில்லாத காரணத்தால், அவளை மட்டும் அழைத்துக்கொண்டு போவதென்பது வெறுங்கனவாகவே இருந்தது. இப்போதெல்லாம் அவனுக்குப் படம் பார்ப்பதில் ஆர்வம் குறையத் தொடங்கியிருந்தது. வெள்ளிக்கிழமை மாலை நேரத்தில் வீட்டுக்குப் பின்புறம் இருந்த தோட்டத்திலேயே ஏதாவது வேலை இருந்தால் செய்வது, இல்லாவிட்டால் நாதிராவோடு உட்கார்ந்து பேசிக்கொண்டிருப்பது என்பதே அவனுக்குப் படத்தைவிட அதிக மகிழ்ச்சியைத் தந்தது. எழுதப் படிக்கத் தெரிந்தவனாக இருந்தபடியால் இப்போதெல்லாம் பத்திரிகைகளையும் படிக்கத் தொடங்கியிருந்தான். நாதிராவுக்கும் படிக்கக் கற்றுக்கொடுக்க முயற்சி செய்தான்.

இப்படி கணவனின் அன்பில் திளைத்துக்கொண்டிருந்த நாதிராவுக்குத் தாய்வீட்டு நினைவு வருவதே மிகவும் குறைவு. அவள் தன்னையே மறந்துவிட்ட மகிழ்ச்சியில் திளைத்தாள். கணவனுக்கு எதற்கும் தொல்லைத் தரமாட்டாள். பண்டிகைக்குத் தனக்குச் சேலை வேண்டாமென்று சொல்லியும் கேட்காமல் கணவனே சேலை வாங்கிவருவான். முகம் சற்று வாடினாற் போலிருந்தாலும் மாமியார் கேட்பார், “ஏம்மா நாதிரா... ஒடம்பு சரியில்லையா?” என்று.

இத்தகைய மாமியையும் கணவனையும் விட்டுவிட்டுத் தாய்வீட்டுக்குப் போனால் ஒரேநாளில் தந்தையைத் துணைக்கு அழைத்துக்கொண்டு திரும்பி வந்துவிடுவாள். இல்லாவிட்டால் கணவனே வந்து அழைத்து வந்துவிடுவான். அவள் தனியாக எப்போதும் சந்திரகிரி ஆற்றைத் தாண்டியதில்லை. தன்னைச் சார்ந்த ஆண்துணையில்லாமல் தோணியில் உட்கார்ந்து ஆற்றைக் கடந்து போவதும் நடைமுறையில் இயலாத ஒன்று.

இப்போது நாதிரா ஓர் ஆண் குழந்தைக்குத் தாய். குழந்தைக்கு ஆறு மாதம் ஆகிறது. குழந்தைக்கு மூன்று மாதம் முடிவதற்குள்ளாகவே நாதிராவுக்குத் தாய்வீடு சோர்வு தட்டியது. கணவன் வாரத்துக்கு ஓரிருமுறை வந்துபோய்க் கொண்டிருந்தாலும் அவளுக்கும் குழந்தைக்கும் வேண்டியதையெல்லாம் கொண்டுவந்தாலும்கூட, வந்து அரைமணி நேரத்துக்குள் அவன் புறப்பட்டுவிடுவான். அதனால் அவனோடு தனிமையில் நெருங்கியிருக்கப் போகும் நாளை எதிர்பார்த்து ஏங்கத் தொடங்கினாள். அத்துடன் இப்போது தாய்வீட்டு நிலைமையும் முன்பு போல அவ்வளவு திருப்திகரமாக இல்லை.

தந்தை, தங்கை ஜமீலாவுக்கு மாப்பிள்ளை பார்த்து திருமணம் செய்யும் முயற்சியில் இருந்தார். என்னவெல்லாமோ செய்து நாதிராவுக்குப் போட்ட தங்க நகைகளின் அளவுக்கே ஜமீலாவுக்கும் ஏற்பாடு செய்திருந்தார். ஆனால், எவ்வளவுதான் அலைந்தும் வரதட்சணை பணத்தை மட்டும் ஏற்பாடு செய்ய முடியவில்லை. என்றைக்காவது ஒரு நாளைக்கு வீட்டுக்கு மீன் வாங்கி வருவார். தாய் பாடுபட்டு, வயிற்றைக்கட்டி வாயைக்கட்டி பணத்தைச் சிறுகச் சிறுகச் சேர்ப்பதைப் பார்க்கும் போது நாதிராவுக்கு அழுகையாக வரும். ஆனால், அவள் எதுவும் செய்ய முடியாத நிலை. தான் கணவன் வீட்டுக்குப் புறப்பட்டுப் போய்விட்டால்,

தன்னால் ஏற்படும் செலவாவது அவர்களுக்குக் குறையுமே என்று எண்ணி தாயிடமும் அப்படியே சொன்னாள்.

“உம்மா, நான் காவள்ளிக்குப் போறனே...”

“என்ன சொல்றே நாதிரா? உன்ன இவ்வளவு சீக்கிரம் அனுப்பிட்டா உங்க மாமியார் ஊட்டுலே என்னென்னு நெனைப்பாங்க? கொழந்தைக்கு ஆறுமாசம் ஆகட்டும், அதுக்கப்புறமா போயேன்...”

“அப்படீன்னா இன்னும் மூணு மாசமா? ஐயோ என்னால முடியாதும்மா...”

அன்று மாலையே ரஷீத் வந்ததும் அவள் அவன் காதோடு காதாகச் சொன்னாள்.

“பாருங்க... எனக்கு இங்க முடியலே, பொழுதே போகல. அங்கேயும் ஊட்டுல அத்தை மட்டும் தனியா இருக்காங்க. அவங்க வந்து எங்க அம்மாகிட்ட என்ன அனுப்பி வையுங்கன்னு கேட்டா எங்கம்மாவும் தடை சொல்ல மாட்டாங்க. நான் வீட்டுக்கு வந்துடறேன்.”

உடல் நிறைய ஆசையைச் சுமந்து, தன் குழந்தையை மடியில் கிடத்திக்கொண்டு முலைப்பால் கொடுத்துக்கொண்டே, தன் இனியவள் தன் வீட்டுக்கு வருகிறேன் என்று கேட்கும்போது, இதயம் இருக்கும் எந்தக் கணவன்தான் அதை மறுக்க முடியும்?

மறுநாள் ஆமினா வந்ததைப் பார்த்ததும் ஃபாத்திமாவுக்கு ஆச்சரியமாக இருந்தது.

“கொழந்தைக்கு இன்னும் ஆறு மாசங்கூட ஆகலயே? இப்பவே கூட்டிப் போனா எப்பிடி?” என்று சலிப்போடு ஃபாத்திமா கேட்டார். கொடிக்குக் காய் ஒரு சுமையா என்ன?

ஆனால் ஆமினா, “எனக்கு வீட்டுல தனியா இருக்கிறது என்னமோ மாதிரியாயிருக்குது. ரஷீத் காலையிலே போனா திரும்ப வீட்டுக்கு வர்றது ராத்திரிதான். உங்க பொண்ணு எனக்கும் மகமாதிரிதானே?” என்று மருமகளை விட்டுக்கொடுக்காமல் பேசினார் ஆமினா.

இதைக் கேட்டதும் ஃபாத்திமா எதுவும் பேச முடியாமல் மௌனமானார். நாதிரா கணவன் வீட்டுக்குப் புறப்பட்டுப் போனாள்.

மஹமத்கான் எவ்வளவு முயற்சி செய்தும் ஜமீலாவின் திருமணத்துக்குத் தேவையான வரதட்சணை பணம் மூவாயிரம் ரூபாயைத் திரட்ட முடியவில்லை. பையனின் வீட்டார் அவசரப்படுத்தினார்கள். வேறு இடத்தில் பெண் பார்த்துக்கொள்வதாக மிரட்டத் தொடுங்கிவிட்டனர். நல்ல பையன், நல்ல சம்பந்தம். பையனுக்குச் சின்னதாக ஒரு கடையும் உண்டு. அந்தக் கடையிலேயே உட்கார்ந்து பீடியையும் சுற்றுகிறான். எப்படியோ தொல்லையில்லாமல் இல்லறத்தை நடத்திக்கொண்டு போகலாம். அத்தகைய சம்பந்தத்தை இப்போது விட்டுவிட்டால் இன்னும் இப்படிப்பட்ட பையன் கிடைப்பது அரிது.

ஒருமுறை நாதிரா கேட்டாள்: "சினிமான்னா எப்பிடியிருக்குங்க? ஒருமுறை என்னையும் கூட்டிப் போங்களேன்..."

ஒருநாள் காலை மஹமத்கான் எழுந்து சிற்றுண்டி தேநீர் முடித்துக்கொண்டு ஃபாத்திமாவிடம் சொன்னார்...

"பாரு, நான் மணிப்புரத்துக்குப் போயிட்டு வர்றேன். ரஷீத்கிட்ட கொஞ்சம் வேலை இருக்கு. வர சாயங்காலமாகலாம்."

"அப்பிடியே போயிட்டு நாதிராவையும் கொழந்தையையும் பாத்துட்டு வாங்க. அவ வர்றதாயிருந்தா கூட்டிவாங்க. ரெண்டு நாள் வச்சிருந்துட்டு கூட்டிப்போயி உட்டுட்டா போச்சு. ரெண்டு மூணு வாட்டி கொழந்த கனவுல வந்திடிச்சி."

"அவள கூட்டி வரணும்னா டாக்சி வைக்கணும். சும்மா காருகாரனுக்குத்தான் காசு அழுவணும். எப்பிடியும் கலியாணத்துக்கு வரப்போறா இல்லியா? அதுவரைக்கும் சும்மாயிரு" என்று கான் ஓர் அதட்டல் போட்டார்.

கணவனை எதிர்த்துப் பேசியறியாத ஃபாத்திமா மீண்டும் வாய்திறக்காமல் தன் ஆசையை அடக்கிக்கொண்டார்.

படகுத்துறைக்கு மஹமத்கான் வரும்போது தோணி புறப்படத் தயாராக இருந்தது. அவரும் தோணி ஏறி இடம்பிடித்தார்.

தோணியிலிருந்தவர்கள் எல்லாம் மஹமத்தானுக்குத் தெரிந்தவர்கள்தாம். சிறிய ஊரானதால் எல்லோரும்

ஒருவருக்கொருவர் தெரிந்தவர்களாகவே இருந்தனர். மெதுவாக எல்லோரும் சம்பிரதாயமாக எதையோ பேசத் தொடங்கி, அவரவர் சுகதுக்கங்கள், பிள்ளைகளின் திருமணம், பணத்தொல்லை, விளைச்சல் நிலைமை என்று ஏதேதோ பேசிக்கொண்டு வந்தனர். தோணி பாகோடுத் துறையை அடைந்ததே தெரியவில்லை. தோணியிலிருந்து இறங்கி அவரவர் இலக்குகளை நோக்கிச் சென்றனர். மஹமத்கான் தீய்த்த வெய்யிலுக்குத் தடுப்பாகக் குடையைப் பிடித்துக்கொண்டு மணிப்புரத்தை நோக்கிப் புறப்பட்டார்.

3

மருமகன் ரஷீத்தின் கடையை அடையும்போது பகல் 12 மணியாகியிருந்தது. வெயிலில் நடந்து வந்ததனால் மிகவும் சோர்வாக இருந்தது. அப்போதுதான் குளித்து எழுந்து வந்ததுபோல் உடம்பிலிருந்து வியர்வை வழிந்துகொண்டிருந்தது. கடையின் முன்பு வந்ததும் சோர்வினால் அங்கிருந்த ஒரு 'பென்ச்' மீது உட்கார்ந்தார். தலையிலிருந்து முண்டாசை எடுத்து வழியும் வியர்வையைத் துடைத்துக்கொண்டார்.

மருமகன் எழுந்து நின்று மாமனாருக்கு மரியாதை காட்டினான். பக்கத்துக் கடையிலிருந்து தானே ஓர் இளநீர் வாங்கிவந்து கொடுத்தான். "அத்தை, ஜமீலா எல்லாம் நல்லா இருக்காங்களா?" என்று கேட்டான்.

சற்று ஆசுவாசப்படுத்திக்கொண்ட பிறகு மஹமத்கான் பேரப்பிள்ளையின் நலனைப் பற்றி கேட்டுத் தெரிந்துகொண்டார். அதன் பிறகு கடையில் யாரும் இல்லை

என்று உறுதிப்படுத்திக்கொண்டு, தான் வந்த காரணத்தை வெளிப்படுத்தினார்.

‘‘பாருப்பா ரஷீத், நம்ம ஜமீலாவுக்குக் கல்யாணம் நிச்சயமாயிருக்கு, அது உனக்குத் தெரியுமில்ல? இப்போ என் நெலம ரொம்ப சங்கடமாயிருக்கு. எனக்கு ஆம்பிள புள்ள யாரும் இல்ல. உங்கிட்ட சொல்லாம வேற யாருகிட்ட சொல்லட்டும்?” என்று பேச்சை நிறுத்தினார்.

ரஷீத்துக்குத் தலையும் புரியவில்லை, வாலும் புரியவில்லை.

“என்னன்னு விவரமா சொல்லுங்க மாமா” - திருமணம் நின்றுபோய்விட்டதோ என்று சந்தேகம் தட்டியது அவனுக்கு.

எப்படிச் சொல்வது என்று தெரியாமல் அவர் சற்று நேரம் மௌனமாக நின்றார். பிறகு மெதுவாக, “பாருப்பா, இப்போ ரெண்டு மூணு ஆயிரம் ரூபா தேவையாயிருக்கு. எல்லாப் பக்கமும் நெருக்கிப் பாத்துட்டேன். அப்படியிப்படீன்னு ஆயிரம் ரூபா தெரட்டி வச்சிருக்கிறேன். அதுக்கும் மேல எங்கெயும் கெடைக்கல. கல்யாணம் நின்னு போற மாதிரியிருக்குது. நீ இப்போ பணம் கொடுத்தேன்னா ரெண்டு மூணு வருஷத்துல எப்பிடியாவது தீக்கப் பாக்கறேன்...”

இப்போது ரஷீத்துக்கு எல்லாம் புரிந்தது. ஒரு நிமிடம் என்ன சொல்வது என்றே தோன்றாமல் குழம்பிப்போய் நின்றுவிட்டான்.

“இப்போ என்கிட்ட ஏது மாமா அவ்வளவு பணம்?” என்று மெதுவாகச் சொன்னான்.

“நீயும் இப்பிடிச் சொல்லிட்டா எப்பிடி ரஷீத்? இப்போ நீ எனக்கு எப்படியாவது பணம் கொடுத்துதான் ஆகணும்” என்று சற்று உரக்கவே கேட்டார்.

“எங்கிட்ட இருக்கிற பணத்தையெல்லாம்தான் வியாபாரத்துல போட்டிருக்கிறேனே மாமா. தனியா எங்கிட்ட ஏது பணம்? இப்போ நீங்க என்னை என்ன பண்ணாலும் ஒரு காசுகூடப் பொரட்ட முடியாது. நான் என்ன பேங்க் வச்சிருக்கிறேன்னு நெனச்சிக்கிட்டீங்களா?”

கடைசியாகச் சொன்னதைச் சொல்லியிருக்கக் கூடாது என்று தோன்றியது ரஷீதுக்கு. வாய் தவறி வந்துவிட்ட சொல்தான்.

ஆனால், திரும்பவும் அதை எடுத்து வாய்க்குள் போட்டுக்கொள்ள முடியாதே... என்னமோ நடக்கக்கூடாதது நடந்து போய்விட்டது.

தனது மருமகன்கூடத் தன்னை இப்படிக் கைவிட்டுவிடுவான் என்று மஹமத்கான் எதிர்பார்க்கவில்லை. ஏமாற்றத்தின் வேதனையோடு, அவரின் முன்கோபம் என்னும் நாகமும் படமெடுத்துச் சீறியது. அவரது கண்களில் செம்மை படர்ந்தது. மூக்குத் துளைகள் விரிந்து சூடான மூச்சுக் காற்று வேகமாக வெளிவந்தது. ஆவேசத்தில் பேச்சு தடுமாறியது.

“ஹூம்” அவர் ஒருமுறை உரக்க உறுமினார். “மருமகன், புள்ளைக்குச் சமானம். கஷ்ட காலத்துலே உதவி செய்வான்னு நம்பிதான் இவ்வளவு தூரம் வந்தேன். மகளைக் கட்டிக்கிட்ட பின்னால மாமனார் எதுக்கு? உம் மாதிரி ஆளுக்கு எம்பொண்ண கொடுத்து நான்தான் மோசம் போனேன்.”

இன்னும் என்னென்னவோ வாய்க்கு வந்தவாறு மருமகனைத் திட்டினார். இதற்குள் ரஷீத்தின் சில நண்பர்கள் அக்கம்பக்கமிருந்த கடைகளிலிருந்து அங்கு வந்தனர். ரஷீத் கூச்சத்தினால் குறுகிப் போனான். தான் ஒரு பேச்சு சொன்னதற்கே மாமனார் இப்படிக் கோபித்துக்கொள்வார் என்று அவன் எதிர்பார்க்கவில்லை. என்ன மாதிரியான மனுஷன் இந்த மாமனார்? தன்னிடம் பணம் இல்லையென்று ஒருமுறை சொன்னால் புரிந்துகொள்ளக் கூடாதா? நண்பர்கள், அக்கம்பக்கத்துக் கடைக்காரர்கள் என்ன நினைத்துக்கொள்வார்கள்? ரஷீத் தலை கவிழ்ந்து உட்கார்ந்துவிட்டான். கோபத்தில் கொதித்துக்கொண்டிருந்த மஹமத்கான், தன் முண்டாசுத் துணியை ஒருமுறை வேகமாக உதறி தலைமேல் சுற்றிக்கொண்டு, குடையை எடுத்து வீசியபடி அங்கிருந்து புறப்பட்டதைப் பார்த்த ரஷீத், என்ன செய்வது என்று தெரியாமல் எங்கோ வெறித்துப் பார்த்தபடி இருந்த இடத்திலேயே உட்கார்ந்துவிட்டான். கால்மணி நேரத்தில் என்னென்னவோ நடந்து முடிந்துவிட்டது.

மஹமத்கான் அங்கிருந்து நேராகப் போனது மகளின் வீட்டுக்கு. தந்தையின் முகத்தைப் பார்த்ததும் மகளின் முகம் பெரியதாக மலர்ந்துவிட்டது.

“உம்மா எப்பிடியிருக்கிறாங்க? ஜமீலா எப்பிடியிருக்கிறா? கல்யாணம் எப்போ வச்சிருக்கிறீங்க?” - எல்லாவற்றையும் ஒரே

மூச்சில் கேட்டு முடித்தாள் நாதிரா. பேரனைத் தாத்தாவின் கையில் கொடுத்தாள். சிரித்துக்கொண்டே ஓடியாடி தந்தைக்குச் சிற்றுண்டி, தேநீர் கொண்டுவந்து கொடுத்தாள். அவளின் மாமியாரும் வாசற்படித் திரையின் பின்னால் நின்றுகொண்டு நாதிராவின் தாய், தங்கை ஆகியோரின் நலன்களை விசாரித்தார்.

எல்லாம் முடிந்த பின்பு கான் ஆமினாவிடம், "பாருங்க... நான் வந்திருக்கிறது நாதிராவைக் கூட்டிட்டு போகலாம்னு. அவங்கம்மா கொழந்தைய அடிக்கடி நெனச்சிக்கிறா. நாலஞ்சு நாளைக்கு வீட்டிலே வச்சிருந்துட்டு அனுப்பி வைக்கிறேன்" என்று மிகவும் வினயமாகக் கேட்டார். கடைக்குப் போயிருந்ததையோ மருமகனுடன் நடந்த பேச்சுவார்த்தைகளையோ வெளிக்காட்டிக் கொள்ளவேயில்லை.

"ரஷீதுக்குச் சொல்லாம எப்பிடி அனுப்புறது?" - ஆமினாவும் வினயமாகவே பதில் சொன்னார்.

"நீங்க சொன்னா உங்க மகன் 'வேண்டாம்'னு சொல்லிடுவானா?" சிரித்துக்கொண்டே கேட்டார் கான்.

இப்போது ஆமினாவால் எதுவும் பேச முடியவில்லை. தான் சொல்வதைத் தன் மகன் கேட்க மாட்டான் என்று அவன் மாமனார் தெரிந்துகொள்ளக்கூடாதே! அதுவுமில்லாமல் மருமகளும் குழந்தையைப் பெற்றெடுத்துக்கொண்டு வந்தபிறகு, திரும்பவும் தாய்வீட்டுக்குப் போகவே இல்லை. என்ன இருந்தாலும் தாயும் மகளும் பார்க்க வேண்டும் என்று துடிக்கும்போது தான் எதற்காகத் தடுப்பது? போய் தாயைப் பார்த்துக்கொண்டுதான் வரட்டுமே...

"போயிட்டு வர்றயா நாதிரா?" - மருமகளையே கேட்டார் மாமியார். இப்போது நாதிரா மிகவும் குழம்பிப் போனாள். தாய் வீட்டுக்குப் போக அவளுக்கு அவ்வளவாக ஒன்றும் விருப்பமில்லை. இங்கேயே அவள் மிகவும் மகிழ்ச்சியாக இருந்தாள். ஆனால், வரமாட்டேனென்றால் தாய், தந்தையர் மனம் நொந்துகொள்வார்கள். சரி... தந்தை வந்திருக்கின்ற காரணத்தால் ஓரிரண்டு நாட்கள் போய் இருந்துவிட்டுத்தான் வருவோமே.

"ஊம்மா... போயிட்டு ரெண்டு மூணு நாள்ளயே வந்துடறேன். ஆனா, உங்க மகன் என்ன நெனச்சுக்குவாங்களோ?" அவளுக்கும்

தயக்கம்தான். அவரிடம் சொல்லாமல் போவது அவ்வளவு சரியில்லையோ என்று எண்ணி அவள் அப்படிச் சொன்னாள்.

“நீ போயிட்டு வா. அவன்கிட்ட நான் சொல்லிக்கிறேன்...” - மாமியார் ஆறுதல் சொன்னார்.

செய்த சமையலை எல்லோரும் சாப்பிட்டார்கள். தந்தை ஒருகையில் குடையையும் ஒரு கையில் மகளின் துணிகள் அடங்கிய பையையும் எடுத்துக்கொண்டார். மகள் சேலைத் தலைப்பைத் தலைமீது இழுத்துப் போர்த்திக்கொண்டு, ஒரு கையில் குழந்தையைத் தூக்கிக்கொண்டு, இன்னொரு கையில் குடையைப் பிடித்துக்கொண்டு புறப்பட்டாள். அவள் புருகா அணிவது ரஷீத்துக்கு விருப்பமில்லாத காரணத்தால், அதைப் போடுவதில்லை.

வாய் தவறி வந்துவிட்ட சொல்தான். ஆனால், திரும்பவும் அதை எடுத்து வாய்க்குள் போட்டுக்கொள்ள முடியாதே...

அவர்களிருவரும் பஸ்ஸில் மணிப்புரத்துக்கு வந்து, அங்கிருந்து ஒரு வாடகை கார் அமர்த்திக்கொண்டு பகோடுத்துறைக்கு வந்தனர்.

நாதிராவுக்கு, தனக்குப் பிடித்தமான சந்திரகிரி ஆற்றைக் கண்டதும் மனம் மிகவும் பூரித்துப் போயிற்று. அவ்வளவு தொலைவு வந்ததினால் ஏற்பட்ட சோர்வு ஒரு நொடியில் மறைந்து போயிற்று. தோணியில் உட்கார்ந்துகொண்டு கிளியூர்த் துறையில் இறங்கி அவர்கள் வீட்டை அடைந்தபோது மாலை நேரத் தொழுகை வேளையும் தாண்டியிருந்தது.

தாய் பசுக்களுக்குப் புல் போட்டுக் கொண்டிருந்தார். ஜமீலா திண்ணை மீது உட்கார்ந்து பீடிசுற்றிக்கொண்டிருந்தாள். மகளை இப்போது அழைத்து வரப்போவதில்லையென்று சொல்லிவிட்டு கடைசியில் அழைத்துக்கொண்டே வந்துவிட்டதைக் கண்டு ஃபாத்திமாவுக்குச் சற்று வியப்பாகவே இருந்தாலும், குழந்தையைப் பார்த்தவுடன் அவர் முகம் மலர்ந்தது. செய்துகொண்டிருந்த வேலையை விட்டுவந்து கணவனின் கையிலிருந்த குழந்தையை எடுத்துக்கொண்டார். அக்காள் வந்து தங்கையின் பக்கத்தில்

உட்கார்ந்தாள். அந்த நேரம் கணவன் வீட்டை முழுமையாக மறந்திருந்தாள் நாதிரா.

மகளை அழைத்து வரப் போவதில்லை என்று கணவன் சொல்லியிருந்ததனால் ஃபாத்திமா அதிகமாகச் சமையல் ஒன்றும் செய்திருக்கவில்லை. அதனால் வீட்டிலிருந்ததில் நல்லதாகப் பார்த்து ஒரு கோழியைக் கூண்டிலிருந்து பிடித்து வந்து கணவனின் கையால் அறுக்கச் செய்தார். கோழிக்கறிக் குழம்பு வைத்து, காலையில் அரிசி அப்பம் செய்யலாம் என்று எண்ணிக்கொண்டார்.

சமையல் ஆயிற்று. மஹமத்கான் பள்ளிவாசலுக்குப் போய்விட்டு வந்து சாப்பிட்டு எழுந்தார். தாயும் பிள்ளைகளும் உண்டு முடித்தனர். அக்காவும் தங்கையும் ஏதேதோ பேசிக்கொண்டிருந்தனர். கோழியை ஒருநாள் ஒரு நரி வந்து கவ்விக்கொண்டு போனபோது தாய் அதன் பின்னாலேயே ஓடிப்போய் அதை விரட்டிவிரட்டி கோழியை மீட்டுக்கொண்டு வந்ததை ஜமீலா அக்காவுக்குச் சொல்ல, இருவரும் கலகலவென்று சிரித்துக்கொண்டனர்.

நாதிரா தன் கணவன் வீட்டுச் செய்திகளை அலுப்புச் சலிப்பில்லாமல் சொல்லிக்கொண்டே போனாள். குழந்தை தொட்டிலில் உறங்கிக்கொண்டிருந்தது.

“அப்போ உங்க மாமியார் என்ன சொல்லி அனுப்பினாங்க? நீ திரும்பவும் எப்போ வரணுன்னாங்க?” - வெற்றிலை, பாக்கு போட்டுக்கொண்டே ஃபாத்திமா மகளிடம் கேட்டார்.

“அவங்க ஒண்ணும் சொல்லல... ரெண்டு மூணு நாள்ல நானே வந்திடறேன்னு சொல்லிட்டு வந்திருக்கிறேன்.”

அங்கேயே கட்டிலின் மீது உட்கார்ந்திருந்த தந்தையின் காதில் இந்தப் பேச்சு விழுந்தது. அவர் உட்கார்ந்த இடத்திலிருந்தே தன் மனைவியிடம், “அவளை இப்போதைக்கு நான் அந்த சைத்தானோட வீட்டுக்கு அனுப்பப் போறதில்லை” என்று கர்ஜித்தார்.

எல்லோருக்கும் இடிவிழுந்தது போலாயிற்று. யார் வாயிலிருந்தும் பேச்சே எழவில்லை. நாதிராவுக்கு நாக்கு உலர்ந்துவிட்டது. கைகால்கள் நடுங்கத் தொடங்கின. ஒன்றும் தோன்றாமல் அங்கேயே ஒரு மணைப்பலகை மீது உட்கார்ந்துவிட்டாள்.

சற்று நேரத்துக்குப் பிறகு தன் நிலைக்கு வந்தவராக ஃபாத்திமா கேட்டார், "எதுக்கு அப்பிடிச் சொல்றீங்க? என்ன ஆச்சு?"

"என்னாச்சின்னு கேக்கிறியா? லட்சணமா மருமகன்கிட்ட போய், 'பொண்ணு கல்யாணத்துக்கு கொஞ்சம் உதவி பண்ணு'ன்னு கேட்டா, 'நான் என்ன பேங்கு வச்சிருக்கேனா'ன்னு என் மூஞ்சில அடிச்ச மாதிரி சொல்லிட்டானே உன் மருமகன். நான் இவனுக்கு மகளையும் குடுத்து ரெண்டாயிரம் ரூபாயும் கொடுக்கலையா? என் கஷ்டத்துக்கு இல்லாதவன் மருமகனா இருந்தா என்ன, இல்லாட்டா என்ன? அவ இங்கிருந்து பொறப்பட்டு அவங்க வீட்டுக்குப் போகணுன்ற பேச்சை நீயாவது அவளாவது எடுத்தீங்க, அவ்வளவுதான். ரெண்டுபேரையும் தீத்துக்கட்டிடுவேன். நல்லா ஞாபகம் வச்சுக்குங்க" என்று கத்திக்கொண்டே வெளியே எழுந்து போனார்.

4

இப்போது நாதிராவுக்கு எல்லாம் தெளிவாகப் புரிந்தது. தன் கணவனுடன் தந்தை சண்டைபோட்டுக்கொண்டு, அந்தக் கோபத்துடனே தன் வீட்டுக்கு வந்து, தன்னை அழைத்து வந்திருக்கிறார். தான் எப்படிப்பட்ட பைத்தியம். தந்தை அழைத்த போதும், முன்பின் எண்ணிப் பாராமல் அவரோடு வந்துவிட்டேனே? தன் கணவனைக் கேட்டுக்கொண்டுதான் வரமுடியும் என்று சொல்லியிருந்தால் தன் தந்தை ஏதும் செய்திருக்க முடியாது.

“போம்மா, போய்ப் படு. காலையில் யோசனை பண்ணி ஏதாவது பண்ணலாம். உங்கப்பா முன்கோவந்தான் உனக்குத் தெரியுமே. கோவம் தணிஞ்ச பின்னால அவரை எப்படியாவது சமாதானம் பண்ணலாம். நீ எதுக்கும் கவலைப்படாம சமாதானமா படுத்துத் தூங்கு...”

ஃபாத்திமா நயமாகச் சொன்னதும் நாதிராவின் அடக்கி வைத்திருந்த அழுகை கரையுடைந்து வெளியேறியது. உட்கார்ந்த இடத்திலேயே தேம்பித் தேம்பி அழத் தொடங்கினாள்.

"ஸ்... உங்கப்பாவுக்குக் கேக்கப் போவுது... அவரு கோவம் உனக்குத் தெரியாதா? சீக்கிரம் போய்ப் படு.." - தாய் ஆறுதலாகச் சொன்னார். அவரது நடுக்கம் குரலில் வெளிப்பட்டது.

தந்தையின் முன்கோபம் தாய்க்கும் பிள்ளைகளுக்கும் தலைகீழ்ப்பாடம். தந்தைக்குக் கோபம் வந்துவிட்டால் அவர்கள் யாரும் வாயே திறக்க மாட்டார்கள். ஒருமுறை ஃபாத்திமா கணவன் பேச்சுக்கு எதிராக எதுவோ சொல்லப்போக, அவர் கன்னத்தில் ஓங்கி ஓர் அறை விட்டார். காதிலிருந்த தங்கக் கம்மல் அப்படியே நசுங்கிப் போய்விட்டது. ஃபாத்திமா தலைசுற்றி நினைவிழந்து தரையில் விழுந்தார். பெண் குழந்தைகளிருவரும் அப்போது சின்னஞ்சிறுசுகள். தொலைவில் நின்று இந்தக் காட்சியைப் பார்த்துக்கொண்டிருந்தவர்கள் பயத்தால் நடுநடுங்கினர். அதன் பிறகு, தந்தைக்குக் கோபம் வந்திருப்பது தெரிந்தால், இந்தக் குழந்தைகள் தந்தையின் பார்வையிலிருந்து தப்பி ஓடிப்போய் ஆற்றங்கரையில் எங்காவது மறைந்து உட்கார்ந்துகொள்வார்கள். தந்தையின் எதிரில் நின்று பேசும், அவரை எதிர்த்து நிற்கும் எண்ணத்தை இவர்கள் கனவிலும் எண்ணிப் பார்க்க முடியாதவர்களாயிருந்தனர்.

நாதிரா சேலைத் தலைப்பால் கண்களைத் துடைத்துக்கொண்டே தன் அறைக்குப் போய் படுக்கையில் விழுந்தாள். குழந்தை அசையாமல் உறங்கிக்கொண்டிருந்தது. குழந்தையைப் பார்த்தவுடன் மீண்டும் கண்ணீர் பெருகிற்று. நினைவுகள் காவள்ளியில் தன் வீட்டைச் சுற்றி அலைந்தன.

ரஷீத் கடையிலிருந்து வந்தவுடன் முதலில் பார்ப்பது குழந்தையின் முகத்தைத்தான். 'பாப்பு' என்று அவன் அழைத்தவுடன் குழந்தை உறக்கத்திலிருந்து விழித்துக்கொள்ளும். அதன் பிறகு சற்றுநேரம் தந்தை. மகனின் கொஞ்சல்கள், குலாவல்கள். சில வேளைகளில் நாதிராவும் அங்கேயே நின்று இந்த ஆட்டங்களைப் பார்த்துக்கொண்டிருப்பாள். ஒரு கையில் குழந்தையை எடுத்துக்கொண்டு இன்னொரு கையில் தன்னை இழுத்து அணைத்துக்கொண்டு அவன் நின்றால், அந்த மார்பில் சாய்ந்து எவ்வளவு நேரம் வேண்டுமானாலும் அவள் தன்னையே மறந்து நிற்பாள். அவளுக்கு வேறெதுவும் வேண்டியிருக்கவில்லை. தன்னுடைய சொர்க்கம் இதுதான் என்று அவள் திடமாக நம்பியிருந்தாள். தொழுகை செய்து எல்லாம் வல்லவனை அவள்

வேண்டி வந்ததும் அதையேதான், 'என்னிடமிருந்து இந்தச் சுகத்தை என்றைக்கும் பறித்துக்கொள்ள வேண்டாம்.'

இப்போது ரஷீத் என்ன செய்துகொண்டிருப்பான்? வீட்டுக்கு வந்து தானும் பாப்புவும் வீட்டிலில்லாததைப் பார்த்து என்ன எண்ணிக்கொள்வான்? முன்னாள் இரவு சொல்லிக் கொண்டிருந்தான், "உனக்கொரு சேலை வாங்கி வச்சிருக்கேன் நாதிரா. கடையிலேயே மறந்து வச்சுட்டேன். நாளைக்கு வரும்போது கொண்டாறேன்..."

"என்ன நெறத்துலேங்க?" என்று உற்சாகத்தோடு அவள் கேட்டாள்.

"அதுதான், உனக்குப் புடிச்ச வெளிர் செகப்பு நிறந்தான்!"

"ஐயோ, ஏன் மறந்துட்டு வந்தீங்க?" - படுக்கையில் அவன் பக்கத்தில் படுத்துக்கொண்டு ஆசையோடு கொஞ்சலாக அவள் கேட்டதும், அவனிடமிருந்து அவள் இதழின் மீதொரு முத்தம்தான் பதிலாகக் கிடைத்தது.

ஒவ்வொன்றாக நினைத்துப் பார்த்துக்கொண்டே போனபோது அவள் தன்னையே மறந்து போனாள். கூடவே தந்தையின் கடூரமான கர்ஜனையும் காதில் முழங்கிற்று. அரைவிழிப்பு; அரைத்தூக்கம். குழந்தை எழுந்து அழுததும் அவ்னை தன் பக்கத்தில் படுக்க வைத்துக்கொண்டு பாலூட்டத் தொடங்கினாள். காலைத் தொழுகையின் அழைப்பு பள்ளிவாசலிலிருந்து கேட்கத் தொடங்கியும் அவள் கண்விழித்தபடி படுத்துக்கொண்டேயிருந்தாள்.

எது எப்படியானாலும் சூரியன் உதிப்பதும் நிற்காது. மறைவதும் தப்பாது. எவ்வளவுதான் மெல்லப் போனாலும் இரவு பகலாகிக் கொண்டிருந்தது. பகல் இரவாகிக் கொண்டிருந்தது. நாதிராவைப் பொருத்தவரை அவளுக்கு இருந்த ஒரே ஒரு நம்பிக்கைச் சுடர் அவளின் கணவன். தன் கணவன் தன்னைக் கைவிட மாட்டான். இன்று இல்லாவிட்டாலும் நாளை, என்றோ ஒருநாள் அவன் தன்னை இங்கிருந்து அழைத்துக்கொண்டு போவான். தன்னையும் குழந்தையையும்விட்டு அவனால் ஒருநாளும் தனித்து இருக்க முடியாது. மாமியார் தன் மகனைக் கட்டாயப்படுத்தியாவது அனுப்பிவைப்பார் என்று நம்பினாள்.

நாதிரா இரவு பகலாகத் தன் கணவனின் வருகைக்காக,

மாமியாரின் வருகைக்காகக் காத்துக்கொண்டிருந்தாள். நேரத்தை மணி, நாள் என்று கணக்கிட்டுக்கொண்டு தன் காலத்தைக் கழித்துவந்தாள். பொழுது போவதற்காகத் தங்கையோடு உட்கார்ந்து கொண்டு, தானும் பீடி சுற்றத் தொடங்கினாள். இவளால் வீட்டுக்கு வருவாய் சற்றுக் கூடியது. மஹமத்கான் உள்ளுக்குள் மகிழ்ந்துகொண்டார். பீடி சுற்றிக் கொண்டிருந்தாலும் அவள் நினைவுகள் மட்டும் காவள்ளி வீட்டையே சுற்றிச் சுற்றி வந்துகொண்டிருந்தன.

கன்னத்தில் ஓங்கி ஓர் அறை விட்டார். காதிலிருந்த தங்கக் கம்மல் அப்படியே நசுங்கிப் போய்விட்டது.

'தன் கணவன் இப்போ என்ன செய்து கொண்டிருப்பான்? அவன் வராமல் போனாலும் யாரிடமாவது எதையாவது சொல்லியனுப்பியிருக்கலாமே? எவ்வளவுதான் இருந்தாலும் ஆண்களின் புத்தியே அவ்வளவுதான். எதிரில் இருக்கும்போது தலைமேல் வைத்துக்கொண்டு கூத்தாடுவார்கள். சற்றுக் கண்ணெதிரிலிருந்து மறைந்தால் போதும் ஒரேயடியாக மறந்தே போய்விடுவார்கள். இல்லையென்றால் ஒருநாள்கூடப் பிரிந்திருக்க முடியாதவர் எப்படியிருக்கிறோம் என்றுகூட விசாரிக்காமல் எப்படிச் சும்மாயிருக்க முடிகிறது?' என்று ஒரு விநாடி கணவன் மீது கோபப்படுவாள். மறுவிநாடியே, 'என்னோடு குழந்தையாவது இருக்கிறது. அதன் முகத்தைப் பார்த்துக்கொண்டு நான் எல்லாவற்றையும் மறந்திருக்கலாம். பாவம், அவர் என்ன செய்வார்? வீட்டுக்கு வரும்போது நானும் பாப்புவும் இல்லாமல் எவ்வளவு வேதனைப்படுகிறாரோ என்னவோ என்று தனக்குள்ளாகவே மருகுவாள். தன் தந்தைக்குக் கடவுள் ஏன் இப்படிப்பட்ட புத்தியைக் கொடுத்தான் என்று தந்தையின்மீது வந்த கோபத்தைப் பல்லைக் கடித்துக்கொண்டு பொறுத்துக்கொள்வாள்.

யோசித்து யோசித்து தலை குழம்பிப்போன நாதிரா ஒருமுறை வீட்டில் தன் தந்தை இல்லையென்பதை உறுதிப்படுத்திக் கொண்டு தாயிடம், "உம்மா, என்னை எப்பிடியாவது காவள்ளிக்கு அனுப்பிடு. இங்கேயிருந்தா எனக்குப் பைத்தியம் புடிச்சிடும்" என்று வேதனையோடு கண்ணீர்விட்டு வினயமாகத் தாயை வேண்டினாள்.

ஃபாத்திமாவுக்கு என்ன சொல்வதென்றே தோன்றவில்லை. எத்தகைய பிடிவாதம் தன் கணவனுடையது? மகள் கணவன் வீட்டில் சுகமாக இருப்பதுதானே முக்கியம்? மருமகனிடம் பணம் கேட்டதே தப்பு. இல்லையென்று சொல்லிவிட்ட பின்பு பேசாமல் வாயை மூடிக்கொண்டு திரும்பி வந்திருக்க வேண்டும். அதை விட்டுவிட்டு கணவன் வீட்டில் நிம்மதியாக இருந்த மகளை அழைத்துவந்து, இந்த நரகத்தில் வைத்துக்கொண்டு எதற்காக கொடுமைப்படுத்த வேண்டும்? ஆனால், இதையெல்லாம் மஹமத்கானிடம் யாரும் வாய்விட்டு உரக்கச் சொல்லிவிட முடியாதே...

"பாரு நாதிரா, கொஞ்ச நாளைக்கு மனசை கெட்டிப்படுத்திக்கோ. எப்பிடியும் ஜமீலாவோட கல்யாணத்துக்கு உங்க அப்பா, உன் வீட்டுக்காரனையும் மாமியாரையும் கூப்பிடாம இருக்க மாட்டாரு. அவங்க வந்தா, திரும்பிப் போகும்போது நீயும் அவங்களோட போயிடு. அது வரைக்கும் எப்படியாவது சகிச்சிக்கம்மா" என்று மகளைச் சமாதானப்படுத்தினார், வேறொன்றும் செய்யத் தோன்றாத ஃபாத்திமா. அதைக்கேட்டு பெருமூச்சுவிட்டு கண்ணீரைத் துடைத்துக்கொள்வதைத் தவிர நாதிராவும் வேறெதையும் செய்ய இயலாதவளாக இருந்தாள்.

இதற்கிடையில், ஜமீலரவின் திருமணத்திற்கான தயாரிப்பு வேலைகள் தொடங்கி இருந்தன. தங்களின் பிழைப்புக்கே உயிர்நாடியாக இருந்த தென்னந்தோப்பின் ஒரு பகுதியை விற்று, வரதட்சணை கொடுக்க வேண்டிய பணத்துக்கு மஹமத்கான் வழி செய்துகொண்டார். திருமண நாளுக்கான செலவுக்கு மட்டும்தான் பணம் தேவையாக இருந்தது. எப்படியும் நாதிரா வீட்டில் இருக்கிறாள். அவளது நகைகளை எங்காவது அடகுவைத்து பணம் வாங்கி வந்தால் சரியாயிற்று என்று எண்ணி அதையே ஃபாத்திமாவிடம் சொன்னார்.

"நீங்க பேசறது நல்லாயிருக்குதே? அவ ஊட்டுக்காரனுக்குத் தெரியாம அவளோட நகைங்களை அடகு வச்சுட்டா, அப்புறம் அவங்க பேசமாட்டாங்களா? கல்யாணங் கழிஞ்சதும் ஓடனடியா மாமியார் ஊட்டுக்கு போகணும்னு அவ நெனச்சிக்கிட்டிருக்கிறா" - எதுவுமே நடக்காததைப் போல ஃபாத்திமா மெதுவாகக் கணவனிடம் சொன்னார். கணவன் இதற்குள் மருமகனுடன் போட்ட சண்டையை மறந்துவிட்டிருப்பான் என

எண்ணிக்கொண்டிருந்தார். ‘‘எப்படியும் கல்யாணத்துக்கு அவங்கல்லாம்...” என்றும் இழுத்தார்.

“என்ன சொன்னே? கல்யாணத்துக்கு அவங்கல்லாம் வர்றாங்களா? அவங்களைக் கல்யாணத்துக்கு வாங்கன்னு கூப்பிடறவங்க யாரு? இன்னொரு தடவ இந்தப் பேச்சை எடுத்தே... உன்னைச் சும்மா உடமாட்டேன் தெரிஞ்சுக்க...” - கர்ஜித்தார் கான்.

கர்ஜனை வீடெல்லாம் எதிரொலித்தது. திண்ணையில் உட்கார்ந்து பீடி சுற்றிக்கொண்டிருந்த பெண்களின் காதுகளிலும் விழுந்தது. நாதிரா மடியிலிருந்த பீடித் தட்டைக் கீழே வைத்துவிட்டு, அங்கேயே முழங்காலிட முயற்சித்துக்கொண்டிருந்த பாப்புவை எடுத்துக்கொண்டு தன் அறைக்கு ஓடி கட்டிலில் விழுந்தாள்.

இருந்த ஒரே நம்பிக்கையும் சிதைந்தது. தலையைச் சுவரில் முட்டிக்கொள்ள வேண்டும் போல இருந்தது. என்னை எதற்காகப் பெற்றீர்கள், எனக்கு ஏன் திருமணம் செய்தீர்களென்று கூக்குரலிட்டு தந்தையிடம் கேட்க வேண்டுமென்று தோன்றியது. ஊஹூம்... தொண்டையிலிருந்து குரல் வெளிவரவே இல்லை. அழுதழுது சோர்ந்து போய் கட்டிலில் எழுந்து உட்கார்ந்து எதிரில் தெரிந்த ஆற்றையே இலக்கில்லாமல் உற்றுப் பார்த்துக்கொண்டிருந்தாள்.

மேற்குவானில் படர்ந்திருந்த மாலைநேர செவ்வொளி ஆற்றுநீரை எதிரொளித்து அதற்கோர் அபூர்வமான எழிலைக் கூட்டியிருந்தது. இத்தகைய காட்சியை எப்போதும் நாதிரா தன்னை மறந்து பார்த்துக்கொண்டிருப்பாள். அந்தக் காட்சியில் அவளுக்கு என்றும் சலிப்பு ஏற்பட்டதில்லை. ஆனால், இன்று மட்டும் இந்த சந்திரகிரி ஆற்றை அவள் வெறுத்தாள். இடையில் இந்த ஆறு இல்லாமல் போயிருந்தால்தான் எப்படியாவது காவள்ளிக்குப் போயிருப்பேன். இந்த ஆற்றைத்தான் ஒருத்தியே தனியாக என்றைக்கும் தாண்டிப் போகமுடியாதே! தோணியில் அமர்ந்து எங்கேயும் எப்போதும் போனதில்லை. இப்போது, தான் மட்டும் குழந்தையை எடுத்துக்கொண்டு தந்தைக்குத் தெரியாமல் தோணியில் போய் உட்கார்ந்து கொள்ளவே முடியாது. அப்படி ஒருவேளை போய் உட்கார்ந்தாலும் அதிலிருப்பவர்கள் எல்லோரும் தனக்குத் தெரிந்தவர்களாகவே இருப்பார்கள். “என்னது! மஹமத் கானோட மகள் தனியாக எங்கே பொறப்பட்டே? அப்பா இல்லையா?” என்று எல்லோரும் கேள்வி கேட்பார்கள்.

யோசித்து யோசித்து தலை வலிக்கத் தொடங்கியதே தவிர அதனால் வேறு எந்தப் பயனும் ஏற்படவில்லை. தாய் சாப்பிட அழைத்ததும், இரண்டு கவளம் வாயில் போட்டுக்கொண்டு, சாப்பிட்டதாகப் போக்குக் காட்டி விட்டுப் போய் படுத்துவிட்டாள்.

ஜமீலாவின் திருமணம் முடிந்தது. அவள் கணவன் வீட்டிற்குப் போய்ச் சேர்ந்தாள். மஹமத்கான் கடைசிவரை தன் பிடிவாதத்தை விட்டுக்கொடுக்கவேயில்லை. மருமகனையாகட்டும் அவனது தாயையாகட்டும் திருமணத்திற்கு அழைக்கவேயில்லை. ஃபாத்திமா தனக்குத் தெரிந்தவரை கணவனுக்கு அறிவுரை சொல்லப்போய், அவரிடமிருந்து இரண்டு மூன்று முறை திட்டுவாங்கிக் கட்டிக் கொண்டு பேசாமல் இருந்துவிட்டார். மகளின் முகத்தைப் பார்க்கும்போதெல்லாம் அவருக்கு அடிவயிற்றில் நெருப்பு விழுந்ததைப்போல இருக்கும். மகள் நாளுக்கு நாள் உள்ளுக்குள்ளேயே மருகிக்கொண்டிருப்பதைப் பார்த்து தாயின் இதயம் நெருப்புப் பட்டதைப் போல் துடிக்கும்.

தங்கையின் திருமணத்தில் உற்சாகத்தோடு ஓடியாடி வேலை செய்ய வேண்டியிருந்த அக்காள் மந்தம் பிடித்தவளைப்போல ஒரு மூலையில் உட்கார்ந்துகொண்டோ நின்றுகொண்டோ இருந்தாள். தாய்க்கு ஏதாவது உதவி செய்ய வேண்டுமென்றுகூட அவளுக்குத் தோன்றவில்லை. தந்தையைக் கண்டால் அவர் எதிரில் நில்லாமல் வேறுபக்கம் போய்விடுவாள்.

ஜமீலாவின் வீட்டு விருந்துக்குத் தாயும் தந்தையும் புறப்படும்போது நாதிராவையும் அழைத்துக்கொண்டு போக ஃபாத்திமா முயற்சித்தார். ஆனால், நாதிரா தாயிடம், "உம்மா, உங்க மருமகனுக்கில்லாத அழைப்பு எனக்கெதற்கு? அவங்ககிட்ட கேக்காம நான் இங்க வந்ததே தப்பு. நீங்களே போயிட்டு வாங்க. நான் இங்கேயே இருக்கிறேன்" என்றாள்.

இதற்கு என்ன பதில் சொல்வதென்று ஃபாத்திமாவுக்குத் தோன்றவில்லை. பக்கத்து வீட்டுப் பெண்ணை நாதிராவோடு இருக்கச் செய்துவிட்டு, ஃபாத்திமா கனத்துப்போன இதயத்தோடு தன் கணவனைப் பின்தொடர்ந்தார். தாயும் தந்தையும் மற்ற உறவினர் சிலரோடு ஜமீலாவின் வீட்டுக்குப் போய் விருந்தை முடித்துக்கொண்டு, ஜமீலாவை இரண்டு தினங்களுக்கு அழைத்துக்

கொண்டு வந்தனர். தங்கையின் மின்னும் கண்களையும் சிவப்பேறிய கன்னங்களையும் பார்த்து நாதிரா எண்ணிக்கொண்டாள்.

"யா அல்லா, என் தங்கையின் முகத்திலிருந்து இந்த நிறமும் இந்தக் களையும் என்றைக்கும் நீங்காம பாத்துக்கோ..."

5

பாப்புவுக்கு இப்போது ஒன்பது மாதங்களாகியிருந்தது. கட்டிலின் விளிம்பு, படிக்கட்டுகள் போன்றவற்றைப் பிடித்துக்கொண்டு நிற்கப் பழகியிருந்தான். தன் தாயைவிட்டு ஒரு விநாடிகூட அப்படி இப்படி நகர மாட்டான். தாத்தா பாட்டியையும் நன்றாக அடையாளம் தெரிகிறது. இன்னும்கூடத் தாய்ப்பால் குடித்துக்கொண்டிருந்தான். அவன் பால்குடித்துக்கொண்டு இருந்தால் நாதிராவுக்கு ஏதோ ஒரு மன நிம்மதி, மன நிறைவு. பீடி சுற்றிக்கொண்டு அவள் உட்கார்ந்திருந்தால், முழங்காலில் தவழ்ந்தபடி பாப்பு அங்கு வருவான். பீடித் தட்டைத் தன் கையினால் இழுப்பான். நாதிராவுக்குப் புரிந்துபோகும்.

“சீ… திருட்டுப்பயலே. பீடி சுற்றாமப் போனா நமக்கு யாரு கஞ்சி ஊத்துவாங்க?” என்று சொல்லிக்கொண்டே அவள் தட்டைக் கீழே வைத்துவிட்டு, குழந்தையை மடியில் படுக்க வைத்துக்கொண்டு பாலூட்டுவாள். அப்படிப் பாலூட்டும்போது அவளது பார்வை எதிரிலிருக்கும் சந்திரகிரி ஆற்றில்பட்டு, அதற்கு

அப்பால் இருக்கும் பாவோடு கிராமத்துக்கு நீண்டு, அங்கிருந்து காவள்ளி வீட்டுக்கு அந்தத் தென்னை, பாக்குத் தோட்டத்துக்குப் போகும். மாமி இப்போது என்ன செய்துகொண்டிருப்பார்? வெள்ளிக்கிழமை மாலைகளில் இப்போதும் ரஷீத் வீட்டிலேயே இருப்பானா? தோட்டத்துக்கெல்லாம் தாயும் மகனுமே நீர் ஊற்றுவார்களா? தான் வரும்போது கோழி, முட்டைமீது அடைகாத்துக்கொண்டிருந்தது. அது இப்போது குஞ்சுபொரித்து அந்தக் குஞ்சுகளும் பெரிதாகியிருக்கும். மாமிக்கு இடுப்புவலி என்று சொல்லிக்கொண்டிருந்தார். இப்போது எப்படி இருக்கிறதோ என்னவோ? என்ன இருந்தாலும் அங்கேயிருந்து யாரும் ஒருமுறைகூட வந்து பார்க்கவேயில்லையே?

யோசித்துக்கொண்டே நாதிரா தன்னை மறந்து உட்கார்ந்திருந்தபோது, "நாதிராம்மா, எப்பிடியிருக்கீங்க?" என்ற குரல் கேட்டு நாதிரா திடுக்கிட்டுப் போனாள். காவள்ளியில் மீன் விற்கவரும் 'பாரூ' என்னும் பெண் உலர்ந்த மீனைச் சுமந்து நின்றுகொண்டிருந்தாள். ஒரு நொடி நாதிராவின் கண்கள் மின்னின. தந்தை வீட்டில் இல்லை என்பதால் நாதிரா துணிவாகப் பாரூவோடு பேசத் தொடங்கினாள்:

"எங்க வீட்டுப் பக்கமா போயிருந்தியா பாரூ?" - இதைக் கேட்கும்போது அவள் குரல் நடுங்கிற்று. கண்ணில் நீர் தளும்பிற்று. அவள் சேலைத் தலைப்பால் கண்ணீரைத் துடைத்துக்கொண்டாள்.

"உம், போயிருந்தேம்மா... நேத்துகூட உங்க வீட்டுக்குப் போயிருந்தேன். உங்க மாமியார்தான் ரொம்ப எளைச்சுப் போயிருக்காங்க."

"இவங்களைப் பாத்தியா?" மெதுவாகக் கேட்டாள் நாதிரா, மகனைக் காட்டியவாறு.

"ஊம்... பாத்தேன். உங்களுக்கொரு கடுதாசி குடுத்திருக்கிறாங்க" - பக்கத்தில் யாரும் இல்லையென்று உறுதிப்படுத்திக்கொண்டு அந்தப் பெண், தன் சேலைத் தலைப்பில் முடித்து வைத்திருந்த காகிதத்தை அவிழ்த்துக் கொடுத்தாள்.

நாதிராவின் இதயத்துக்குள் ஒரு சந்திரகிரி ஆறு கலகலவென்று ஒலியெழுப்பிக் கொண்டு பாய்ந்தோடத் தொடங்கியது. கைநீட்டி காகிதத்தை வாங்கிக் கொண்டு தன் அறைக்குப் போக நினைத்தாள்.

“உம்மா, பாரூவுக்கு ஒரு டம்ளர் சாயா போட்டுக் குடும்மா” என்று சொல்லிக்கொண்டே தன் அறைக்கு ஓடினாள்.

கடிதத்தைப் பிரித்துப் பார்த்தாள். எழுத்துகள் அவள் கண்முன் நடனமாடத் தொடங்கின. ரஷீத் என்றோ கற்றுத்தந்த எழுத்துகளெல்லாம் மறந்துவிட்டது போலிருந்தது. அப்போது பாடுபட்டு நன்றாகக் கற்றுக்கொள்ளாமல் போனதற்காக இப்போது தன்னைத்தானே நொந்துகொண்டாள். மிகவும் முயற்சி செய்த பின்பு, எழுத்துகள் புரியத் தொடங்கின.

என் அன்பான நாதிரா,

நீயாகவே வருவாய் என்று இவ்வளவு நாளும் காத்திருந்தேன். நீ வரும் அறிகுறியே காணோம். பாப்புவைப் பார்க்காமல் என்னால் இனி ஒருநாள்கூட இருக்க முடியாது. நாளை சாயங்காலமும் பாரூ வருவாள். அவளோடு தோணியில் ஏறி பாகோடு கிராமத்துக்கு வந்துவிடு. அங்கே நான் டாக்சி கொண்டுவந்து நிறுத்தியிருப்பேன். வீட்டுக்குத் தெரியப்படுத்தாமல் வந்துவிடு. உன் வருகைக்காக காத்திருப்பேன்.

- ரஷீத்

பாடுபட்டு எழுத்துகளைக் கூட்டி இவ்வளவையும் படித்து முடிப்பதற்கு நாதிராவுக்கு அரைமணியாவது பிடித்திருக்கும். அவள் வெளியில் வந்து பார்த்தபோது பாரூ புறப்பட்டுப் போயிருந்தாள். நாதிராவுக்குத் தலை சுற்றியது. மெதுவாக நடந்து தன் கட்டிலின் மீது விழுந்தாள். குழந்தை பாட்டியின் பக்கத்தில் ஆடிக்கொண்டிருந்தது.

இது என்றாவது நடக்கக் கூடியதா? தான் தன் தந்தைக்குத் தெரியாமல் இந்தச் சந்திரகிரி ஆற்றைத் தாண்டுவது எப்போதாவது முடியுமா ? குழந்தையிலிருந்து கிழவி வரை யாராயிருந்தாலும் முஸ்லீம் பெண்கள் எவ்வளவு அபலைகளாகவும் ஆதரவற்றவர்களாகவும் இருக்கின்றனர். தன் கணவனே வந்து ஆற்றின் அடுத்த கரையில் நின்றுகொண்டு அழைத்தாலும் தான் தன் தந்தையின் கண்ணுக்குத் தப்பி அவனிடம் போக முடியாதே. எப்போதும் மாலை வேளைகளில் தன் தந்தை துறைக்குச் சென்று வந்து போகிறவர்களுடன் பொழுது போக்காகப் பேசிக்கொண்டு உட்கார்ந்திருப்பாராதலால் தான் அவரெதிரில் துறையைக் கடப்பது என்பதும் வெறுங்கனவு; தந்தை இனி எப்போதும் தன்னை அனுப்பப் போவதில்லை.

இங்கே அவர் தண்டித்துக்கொண்டிருப்பது, அவரைப் பொருத்தவரையில் மருமகனை, மகளையல்ல.

நாதிராவுக்கு இப்போது தெளிவாகவே புரிந்திருந்தது. தந்தை தன்னை என்றும் தன் கணவன் வீட்டுக்கு அனுப்பப் போவதேயில்லை. அனுப்பிவிட்டால் இங்கே யார் பீடி சுற்றுவார்கள்? பீடி சுற்றாவிட்டால், அந்த வருவாய் இல்லாவிட்டால் தந்தைக்குப் பிழைப்பே சுமையாகப் போய்விடும். அவருக்கு ஊரார் என்ன சொல்வார்கள் என்ற பயமும் இல்லை. எல்லோரிடமும் அவரே சொல்லிக் கொண்டிருக்கின்றார், தன் மருமகன் எவ்வளவு கெட்டவன், மோசமானவனென்று. திருமணத்துக்கு வந்தவர்களிடமும்கூட அவராகவே சொல்லியிருக்கிறார். அந்த மருமகனைத் தன் வீட்டு வாசற்படிகூட ஏறவிடமாட்டேன் என்று.

நாதிராவின் இதயத்துக்குள் ஒரு சந்திரகிரி ஆறு கலகலவென்று ஒலியெழுப்பிக் கொண்டு பாய்ந்தோடத் தொடங்கியது.

அழுதுகொண்டே நாதிரா இதைச் சொன்னதும் பாரூ எதுவும் சொல்ல முடியாமல் சற்று நேரம் அங்கேயே நின்றிருந்து, பிறகு மெதுவாக அவள் புறப்பட்டுப் போனாள். நாதிரா, இதயமே வெடித்துப் போகும்படியான பொறுத்துக்கொள்ள முடியாத வேதனையில் உழன்றுகொண்டே, கால்களை மெதுவாக இழுத்துக்கொண்டு வந்து ஆற்றங்கரையிலிருக்கும் ஒரு பாறையின்மீது ஆற்றுநீரில் கால்களைத் தொங்கவிட்டவாறு, மடியில் குழந்தையை வைத்துக்கொண்டு உட்கார்ந்துவிட்டாள். டாக்சி வந்து நின்றிருந்த இடம் இங்கிருந்து நாதிராவுக்கு நன்றாகத் தெரிந்தது.

காரின்மீது சாய்ந்துகொண்டு நின்றிருந்த தெளிவற்ற உருவத்தைப் பார்த்ததும் நாதிராவின் இதயம் வேகமாக அடித்துக்கொள்ளத் தொடங்கியது. நிலையான பார்வையோடு அவள் அந்த உருவத்தையே பார்த்துக்கொண்டிருந்தாள். அவனும் இந்தத் திக்கையே பார்த்துக்கொண்டிருந்தான். நாதிரா சேலைத் தலைப்பினால் அவ்வப்போது கண்ணீரைத் துடைத்துக் கொண்டிருந்தாள். அவள் பார்த்துக்கொண்டிருக்கும்போதே, பாரூ ஆற்றங்கரையில் தோணியிலிருந்து இறங்கி அவன் அருகில்

சென்று எதையோ சொன்னாள். ஒரு விநாடி அவனது பார்வை இப்பக்கத்து ஆற்றங்கரையிருந்த பாறாங்கல்லின் மேல் நிலைத்தது. பிறகு கையை மெதுவாகத் தூக்கி அசைத்தான். நாதிராவும் கையசைத்தாள், குழந்தையின் கையைத் தன் கையால் பிடித்துக் கொண்டு அசைத்தாள். பார்த்துக்கொண்டிருக்கும்போதே ரஷீத் காரில் உட்கார்ந்தான். கார் மண்ணை வாரி இறைத்துத் தூசியைக் கிளப்பிவிட்டுப் புறப்பட்டுப் போயிற்று. ஆற்றுநீரோடு அவளது கண்ணீரும் கலந்துகொண்டிருந்தது. சந்திரகிரி அமைதியோடு அவளது பாதங்களை வருடிக் கழுவியவாறே ஓடிக்கொண்டிருந்தது.

தன் வாழ்வின் ஓர் அத்தியாயம் முடிவடைந்ததைப் போலிருந்தது. ஆனாலும் அவள் இதயத்திற்குள் ஓர் ஆசை விளக்கை ஏற்றி வைத்துக்கொண்டே நாட்களைத் தள்ளிக்கொண்டிருந்தாள். தன் கணவன் என்றாவது ஒருநாள் தன் தந்தையுடன் சமாதானம் செய்துகொண்டு தன்னைக் காவள்ளிக்கு அழைத்துக்கொண்டு போவான் என்று அவள் திடமாக நம்பிக்கொண்டிருந்தாள். அதனால்தான் பாரூ வந்துபோனதற்குப் பிறகு அவள் சற்றுத் தெம்போடிருந்தாள். பீடி சுற்றுவதில் முன்னைவிட உற்சாகம் காட்டினாள்.

ஒருநாள் நாதிரா திண்ணையில் அமர்ந்து குழந்தைக்குப் பாலூட்டிக்கொண்டிருக்கும் போது, புருகா போட்டுக்கொண்டு யாரோ தன் வீட்டுப்பக்கம் வருவதைப் பார்த்தாள். கூடவே பதினேழு பதினெட்டு வயதுப் பையன் ஒருவனும் இருந்தான். பையனை எங்கோ பார்த்திருப்பதைப் போலிருந்தது. 'புருகா' பெண்மணி அருகில் வந்ததும் நாதிராவுக்கு அடையாளம் தெரிந்தது. தன் மாமியார்!

ஒரே நொடியில் அவளது எண்ண மேகங்களனைத்தும் திடீரென்று வீசிய சூறைக்காற்றில் கலைந்ததைப் போலாயின. மாமியாரைப் பார்த்ததும் அவளது கண்கள் ஒளிரத் தொடங்கின. இருந்த இடத்திலிருந்தே அழைத்தாள், ''உம்மா, யாரு வந்திருக்காங்க... பாரு!''

ஃபாத்திமா வெளியே வந்து பார்த்தார். சம்பந்தியம்மாவைப் பார்த்து அவருக்கும் மகிழ்ச்சியாக இருந்தது. உள்ளே அழைத்துப் பாய் விரித்தார். நாதிராவின் மடியில் பால் குடித்துக் கொண்டிருந்த பேரனை எடுத்துக்கொண்டே உள்ளே வந்து ஆமினா பாயில்

உட்கார்ந்தார். பாத்திமா எல்லார் நலனையும் ஒன்றுவிடாமல் விசாரித்துவிட்டுச் சம்பந்திக்குத் தேநீர் போடச் சமையல் அறைக்குப் போனார். நாதிரா தன் அறைக்குப் போய், தன் துணிமணிகளை மடித்து எடுத்துவைக்கத் தொடங்கினாள். தன்னை அழைத்துக்கொண்டு போவதற்காகவே மாமியார் வந்திருக்கிறார். மாமியாரே வந்து நயமாகக் கேட்கும்போது தன் தந்தை தன்னை அனுப்பாமல் இருக்க முடியாது. அவளது இதயப் பறவை இறக்கை விரித்துப் பறந்தது. தன் இனியவனைப் பார்க்கப் போகும் உற்சாகத்தில் அவனது அணைப்புக்குள் புதைந்து கிடக்கப்போகும் மகிழ்ச்சியில் அவள் உலகத்தையே மறந்துவிட்டாள். துணிமணிகளை எடுத்து வைத்துவிட்டு அவள் வெளியே வந்தாள். அரிதாக வந்திருக்கும் சம்பந்திக்குக் கொடுப்பதற்காகத் தாய் சிற்றுண்டி தயாரித்துக்கொண்டிருந்தார்.

“உம்மா, மாமி எங்கே?” - நாதிரா கேட்டாள்.

“அங்கே உக்காந்துட்டுல்லியா? நான் இங்க சாயா, பலகாரம் பண்ண வந்தேன். கொழந்தைய எடுத்துக்கிட்டு வெளியே போனாங்களோ என்னமோ. அவன் அழுத சத்தம் கேட்டது. அவனுக்குப் பாட்டிய அடையாளம் தெரிஞ்சிருக்காது. எங்கே இருக்கிறாங்க, போயிப் பாரு.”

நாதிரா வெளியே வந்து புழக்கடை, தோட்டமெல்லாம் தேடிப் பார்த்தாள். ஆற்றங்கரை வரையில் பார்வையை ஓட்டினாள். பார்வை ஆற்றங்கரையின் அந்தப் பக்கத்திற்கு வந்து நின்றது. அங்கே ஒரு கார் நின்றுகொண்டிருந்தது. எதிர்த் துறையில் தோணியிலிருந்து புருகா போட்டிருந்த பெண்மணியொருவர் கீழே இறங்கினார். தன் வீட்டுக்கு மாமியாருடன் வந்திருந்த பையனின் கையில் தன் குழந்தையிருந்தது. குழந்தை அழுகிறதா இல்லையா என்று நாதிராவுக்கு இவ்வளவு தொலைவிலிருந்து தெரியவில்லை. நாதிரா மலைத்துப்போய் இடி விழுந்தவளைப் போல பார்த்துக்கொண்டிருக்கும்போதே, அவர்களிருவரும் வேகவேகமாக நடந்து சென்று நிறுத்தி வைத்திருந்த காரில் ஏறி உட்கார்ந்தனர். தூசியைக் கிளப்பியவாறு கார் புறப்பட்டுப் போயிற்று.

6

நாதிரா எவ்வளவு நேரம் அப்படியே நின்றிருந்தாள் என்று அவளுக்கே தெரியாது. மெதுவாக உணர்வுபெறத் தொடங்கினாள். திடுக்கிட்டு விழித்த அவள் வீட்டை நோக்கி ஓடினாள்.

“உம்மா...” அடிபட்ட காட்டு விலங்கின் தீனமான ஓலமாகக் குரல் வெளிவந்தது.

“என்னாச்சி நாதிரா?” கலவரத்தோடு ஃபாத்திமா சமையலறையிலிருந்து வெளிவருவதற்குள் நாதிரா தன்னறைக்குள் சென்றுவிட்டிருந்தாள். கட்டிலின்மீது நிலை குலைந்து விழுந்து அழுதுகொண்டிருந்த மகளைப் பார்த்து ஃபாத்திமாவுக்கு ஒன்றும் புரியவில்லை. நாதிரா எழுந்து நின்று ஒருநொடி கண்ணைக் கசக்கியவாறே ஃபாத்திமாவைப் பார்த்தாள்.

“உம்மா, பாப்புவை எடுத்துட்டு மாமி பொறப்பட்டுப் போயிட்டாங்க...” - நாதிரா தேம்பியவாறே இதயம் பிளந்துபோகும்படி

அழுதுகொண்டே சொன்னதும் சற்று நேரம் ஃபாத்திமாவுக்கு ஒன்றும் புரியவில்லை.

கட்டிவைத்த துணிமணிகளின் மூட்டை அப்படியே இருந்தது. படிப்படியாக அவருக்குப் புரிந்தபோது அவர் மகளைக் கட்டிக்கொண்டு 'ஓ'வென்று அழத் தொடங்கினார். ஒருவருக்கு இன்னொருவர் ஆறுதல் சொல்லிக்கொள்ளும் நிலையில் யாரும் இல்லை. இருவருடைய இதயங்களுக்குள்ளும் எரிமலை வெடித்து, அந்நெருப்புக் குழம்பிலேயே வெந்து சாம்பலாகிக் கொண்டிருந்தனர்.

மஹமத்கான் அன்று காலை ஃபாத்திமா வளர்த்து வந்த ஆட்டுக்கடாவை விற்பதற்காகத் தமக்கு அறிமுகமான ஒருவரின் வீட்டுக்குப் போயிருந்தார். வரும்போது பிற்பகலாகி விட்டிருந்தது. சுட்டெரிக்கும் வெயிலில் நெடுந் தொலைவு நடந்திருந்ததால் மிகவும் சோர்வாக இருந்தார். ஆட்டுக்கடாவிற்குத் தான் எதிர்பார்த்திருந்த விலையும் கிடைக்காமல் பொறுமையிழந்து வீட்டுக்கு வந்திருந்தார். ஃபாத்திமா சமையல்கூடச் செய்யாமல் ஒரு மூலையில் பேயறைந்தவரைப்போல உட்கார்ந்திருந்தார். திண்ணையில் நாதிராவைக் காணவில்லை. பீடித்தட்டு எங்கோ ஒரு பக்கம் விழுந்துகிடந்தது. பீடியிலைகள் காற்றுக்குப் பறந்து அங்குமிங்கும் சிதறிக் கிடந்தன. இதைப் பார்த்த கானுக்குக் கோபம் மேலும் பற்றிக்கொண்டுவந்தது.

"இந்தப் பொண்ணுக்கு கொஞ்சங்கூடப் பொறுப்பேயில்ல. பீடி எலைங்கள இப்பிடி எறச்சு வீணாக்கினா அதுங்கள ஈடுகட்றவங்க யாரு? அந்த ஏஜென்ட்டு எம்மேல நெருப்பா பாய்வானே?" என்று முனகிவிட்டு, "நாதிரா" என்று உரக்க அழைத்தார்.

வீட்டின் உள்ளே கடும் அமைதி மண்டிக்கிடந்தது.

"இவ எங்க போனா?" என்று கர்ஜித்துக்கொண்டு மஹமத்கான் வீட்டுக்குள் காலடி வைத்தார். மூலையில் அதிர்ந்துபோய் உட்கார்ந்திருந்த ஃபாத்திமா கண்ணில் பட்டார். கான் கோபத்தில் கத்தினார்... "என்ன, எதுக்கு இப்பிடி ஒக்காந்திருக்கிறே? யாராவது செத்துப் போயிட்டாங்களா? அந்தப் பீடி எலையெல்லாம் காத்துக்குப் பறந்துபோயிட்டிருக்குது. நீங்க தாயும் மகளும் உள்ளெ என்ன பண்றீங்க?"

இதைக் கேட்டதும் ஃபாத்திமா 'ஓ'வென்று குரலெழுப்பி அழத்தொடங்கிவிட்டார். சற்று நேரங்கழித்துத் தேம்பிக்கொண்டே மெதுவாக நடந்ததெல்லாவற்றையும் கணவனுக்குத் தெரிவித்தார். கடைசியில், "ஒரு நாளைக்கில்லேன்னாலும் ஒரு நாளைக்கு சமாதானமாயிடுவீங்க. எம்பொண்ணு நிம்மதியா அவ புருஷன் வீட்டுக்குப் போயிடுவான்னு நான் இதுவரைக்கும் நம்பியிருந்தேன். நீங்க இவ்வளவு அடம் புடிப்பீங்கன்னு நான் நெனைக்கவேயில்லை. கொழந்தையை எடுத்துகிட்டுப் போன பின்னால அவங்க இவளக் கூப்பிட்டுக்குவாங்களா? இனிமே இவ தன் புருஷன மறந்துட வேண்டியதுதான். பெத்த பொண்ணு தலையில் நீங்களே கல்லைத் தூக்கிப் போட்டுட்டீங்களே?" என்று அடக்கி வைத்திருந்த ஆத்திரம் தீர, கணவனுக்கு எதிராக என்றுமே பேசியறியாத ஃபாத்திமா, அழுதுகொண்டே இவ்வளவையும் பேசி முடித்தார்.

இதைக் கேட்டதும் மஹமத்கானின் கோபம் இருந்த இடம் தெரியாமல் இறங்கிவிட்டது. சிறிது நேரம் அவரால் எதுவும் பேச முடியாமல் ஊமையைப் போல் நின்றுவிட்டார். அவருக்கும் இது சற்றும் எதிர்பாராததாக இருந்தது. என்ன சொல்வது என்று தெரியாமல் விழித்தார். பிறகு தன்னுடைய வேதனையை அடக்கிக்கொண்டு நடந்து போனது ஒன்றும் பெரிய சங்கதியில்லை என்பதைப் போல உரக்க, "போனா போகட்டும். அவன் புள்ளை நமக்கெதுக்கு? அவன் 'தலாக்' குடுத்துட்டா, எம்மகள நான் இன்னொருத்தனுக்கு 'நிகாஹ்' பண்ணிக் குடுத்துட்டுப் போறேன்" என்று உளறினார்.

அவர் பார்வையில் பெண் என்பவள் மன உணர்வுகள் எதுவுமில்லாத, நடமாடிக்கொண்டிருக்கும் ஒரு பிறவி. தகப்பன், கணவன், கடைசியில் தன்னை வைத்துக் காப்பாற்றப் போகும் மகன் இவர்கள் எப்படிச் சொல்கிறார்களோ அப்படியே கேட்டுக்கொண்டு, விழுந்துகிடக்க வேண்டியவள். அவருடைய கணிப்புப்படி குழந்தை, ரஷீதினுடையது. அதன் பொறுப்பும் ரஷீதினுடையது. அந்தக் குழந்தையைக் காசு வாங்காமல் தாங்கள் இவ்வளவு நாட்களும் வளர்த்ததே பெரியது. குழந்தைக்கும் நாதிராவுக்கும் அதிகத் தொடர்பு எதுவும் இல்லை.

அதேபோல அவளது தந்தை, 'உனக்கு இந்தக் கணவன் வேண்டாம்; நான் உன்னை வேறு கணவனுக்குக் கட்டி வைக்கிறேன்' என்றால் அதையும் அவள் முணுமுணுக்காமல் ஏற்றுக்கொள்ள

வேண்டும். கணவன்-மனைவி உறவு என்பதும் அவ்வளவுதான். 'நான் மனைவியை விட்டுவிட்டேன்' என்று மூன்றுமுறை சொல்லிவிட்டால் முடிந்துபோயிற்று. அந்த நேரத்திலிருந்து அவன் யாரோ, அவள் யாரோ. ஆனால், பெண்ணுக்கு இந்தச் சலுகை கிடையாது. அவன் கொடுத்த துணிமணிகள், பொருட்கள் ஏதாவது இருந்தால் அவற்றை உடனே அவன் வீட்டுக்குத் திருப்பி அனுப்பிவிட்டால் முடிந்தது. அதன்பிறகு மூன்றரை மாதங்கள் கழிந்ததும் அவள் வேறொருவனைத் திருமணம் செய்துகொள்ளலாம். இந்த மூன்றரை மாதங்கள் எதற்காகவென்றால் அந்தக் கணவனால் அவளுக்கு ஏதாவது கரு உருவாகி இருக்கிறதா என்று உறுதிப்படுத்திக்கொள்வதற்குத்தான்.

ஆகையினால் மஹமத்கானுக்கு இது எதிர்பாராததாக இருந்தாலும் நடக்கக் கூடாத ஒன்று நடந்துபோய் விட்டதாகப் படவில்லை. இது ஊரில் நாள்தோறும் நடைபெறக்கூடியதுதான். அவரைப் பொருத்தவரையில் இதில் அவமானப்படுவதற்கோ வருத்தப்படுவதற்கோ ஒன்றுமேயில்லை. ஒருவேளை ரஷீத் 'தலாக்' கொடுத்துவிட்டால்தான் என்ன? இன்னொருவனைத் தேடினால் ஆயிற்று. யாரும் கிடைக்காமலா போய்விடுவார்கள். மனைவி, குழந்தைகளிருப்பவர்கள் என்னமோ உடனடியாகவே கிடைத்துவிடுவார்கள். அப்படிப்பட்ட யாராவது ஒருத்தருக்குத் திருமணம் செய்து கொடுத்துவிட்டால் போயிற்று. இதுதான் அவரின் எண்ணம்.

ஆனால், நாதிரா மட்டும் படுத்த இடத்திலிருந்து எழவே இல்லை. தான் அவ்வளவு அன்பு செலுத்திய கணவனும், தன் தாயைப் போலக் கருதிவந்த மாமியாரும் தன்னை இவ்வாறு வஞ்சித்துவிட்டார்களே? இனி யாரைத்தான் நான் நம்புவது? தான் அவர்களுக்கு என்ன கெடுதல் செய்தோம்? என்ன தவறைச் செய்தோம்? ஒருநாளும் கணவனை, அதை வாங்கிவா இதை வாங்கிவா என்று தொல்லைப்படுத்தியதே இல்லை. மாமியாரையும்கூட என்றுமே மனம் நோகச் செய்ததில்லை. காலையில் எழுந்து தான் பச்சைத் தண்ணீரில் குளித்தாலும் மாமியாருக்கு மட்டும் தொழுகை செய்வதற்கும் கைகால்கள் கழுவுவதற்கும் வெந்நீர் காய்ச்சிக் கொடுத்துவந்தாள். மாமியாரின் துணிகளையும் தானே துவைத்துக் கொடுத்துவந்தாள். காவள்ளியின் அந்தத் தோட்டம், அந்த வீடு, அதில் வாழ்பவர்களுக்காக

அவள் தன் உயிரையே வேண்டுமானாலும் கொடுக்கத் தயாராக இருந்தாள். ஆனால், அவளுடைய உயிர் யாருக்கும் தேவையாக இருக்கவில்லை. ரஷீத்துக்கு மனைவியாக இவளில்லாவிட்டால் இன்னொருத்தி வருவாள். ஒருத்தி என்ன நான்கு பேரை வேண்டுமானாலும் அவன் திருமணம் செய்துகொள்ளலாம். குர்ஆனில் அப்படித்தானே சொல்லியிருக்கிறது? அதை யாரும் கேள்வி கேட்கவே முடியாது.

குழந்தைகளின் மீது உரிமை, அதிகாரம், பொறுப்பு எல்லாமே தந்தைக்குத்தான். ஆண் குழந்தையானால் ஏழு ஆண்டுகள் வரையும் பெண் குழந்தையானால் 14 ஆண்டுகள் வரையிலும் தாயோடு இருக்கலாம். ஆனால், ஆண்டுக்கணக்கையெல்லாம் யார் எண்ணிக்கொண்டிருக்கிறார்கள். தமக்கு எப்போது வசதியோ அப்போது அழைத்துக்கொண்டு போய்விடுவார்கள். (பெண் குழந்தைகளை மட்டும் அப்படி அழைத்துக்கொண்டு போவது குறைவு) இல்லாவிட்டால் அந்தக் குழந்தைகளுக்குச் செலவுக்குப் பணம் கொடுக்க வேண்டும் என்று இசுலாமிய சமயம் சொல்கிறது. அதற்காக, ஒருமுறை 'தலாக்' கொடுத்து விட்டால், அல்லது அதற்கும் முன்பே முடிந்த அளவுக்கு விரைவாகத் தாயையும் குழந்தைகளையும் பிரித்துவிடுவார்கள். இதில் யாருக்கும் எந்தக் குறைபாடும் தெரிவதேயில்லை. ஆனால், கைக்குழந்தையாக இருந்தால் மட்டும் எல்லோரும் சற்று வருத்தத்தை வெளிப்படுத்திக்கொள்வார்கள், "ஐயோ, கொழந்தை ரொம்பச் சின்னது" என்று. அவ்வளவுதான். நான்கு நாட்களுக்குள்ளாகவே எல்லோரும் இதையெல்லாம் மறந்துவிடுவார்கள். அழியாத ஒரு காயம் பட்டு அதிலிருந்து என்றென்றைக்குமாகக் குருதி கொட்டிக் கொண்டிருப்பது தாயின் இதயத்திலிருந்து மட்டும்தான்.

நாதிராவின் வேதனையும் அவ்வாறே ஆயிற்று. பால் குடித்துக்கொண்டிருந்த குழந்தையைத்தானே அவள் மாமியார் எடுத்துக்கொண்டு போனது? மார்பில் பால்கட்டிக்கொண்டு மறுநாள் அவளுக்குப் பொறுக்க முடியாத வலியெடுக்கத் தொடங்கியது. மறுநாள் இரவுக்குள் அவளுக்குக் காய்ச்சலும் குளிரும் தொடங்கிவிட்டன. அவளையறியாமல் அவளுடைய கை ஏதாவது மார்பின் மீது பட்டுவிட்டால், வலியினால் துடித்துப்போய் விடுவாள். இந்த வலியையும் மீறி மகனை நினைத்து அவள் அழுதுகொண்டேயிருந்தாள்.

இருவருடைய இதயங்களுக்குள்ளும் எரிமலை வெடித்து, அந்நெருப்புக் குழம்பிலேயே வெந்து சாம்பலாகிக் கொண்டிருந்தனர்.

இரண்டு மூன்று நாட்களில் உடல் நோய் குணமாயிற்று, மார்பில் பால் வற்றிப்போய் மார்புவலியும் குறைந்து போயிற்று. மனநோய்க்கு மட்டும் மருந்தே இல்லாத காரணத்தால் அந்த நோய் மட்டும் அப்படியே அவள் மனதில் நின்று நிலைத்துவிட்டது.

முன்போலவே நாட்கள் கழிந்தன. ஃபாத்திமா பசு, ஆடு, கோழி என்று பின்னால் திரிந்துகொண்டிருந்தார். தோட்டத்தில் பாதியை விற்றுவிட்டதால் விற்பதற்கு என்று இப்போது முன்போல தேங்காயோ தென்னங்கீற்றுகளோ கிடைப்பதில்லை. தென்னையோலைகளை இப்போது ஃபாத்திமா ஒருத்தியே உட்கார்ந்துகொண்டு முடைவார். பசும்பாலையும் வீட்டிற்கே யாராவது வந்து வாங்கிக்கொண்டு போவார்கள்; முன்னைவிடச் சற்று அதிகமாகவே பாலில் நீரைக் கலந்துவிடுவார். ஒரே வேறுபாடு என்னவென்றால் முதலில் ஜமீலா பீடி சுற்றிக்கொண்டிருந்த இடத்தில் இப்போது நாதிரா உட்கார்ந்துகொண்டு பீடி சுற்றிக்கொண்டிருக்கின்றாள். சுற்றிய பீடிகளை அவளின் தந்தை கடைக்குக் கொண்டுபோய்க் கொடுத்து விட்டு வீட்டுக்குத் தேவையான பொருட்களை வாங்கிக்கொண்டு வருவார். இரவு கடைசித் தொழுகைக்குப் பிறகு எல்லோரும் சாப்பிட்டுவிட்டுப் படுப்பார்கள்.

ஒருநாள் மஹமத்கான் பீடிக்கட்டுகளைக்கொண்டு போய் கொடுத்துவிட்டுத் திரும்பி வந்தவர், ஃபாத்திமா மீது ஆத்திரத்தோடு எரிந்துவிழத் தொடங்கினார். அவர் நாதிராவை நேருக்கு நேராக அதட்டுவதில்லை.

“அடியே... உம் மகளுக்கென்னாயிப் போச்சு? சுத்தின பீடிங்கள்ளே பாதிக்குப் பாதி சரியாயில்லேன்னு அந்த ஏஜன்ட்டு வீசியெறிஞ்சிட்டான். கெடைச்ச காசெல்லாம் நஷ்ட ஈட்டுக்குச் சரியாப் போயிடிச்சுன்னு புடிச்சிக்கிட்டான். இனிமே சாப்பாட்டுக்கு என்னா பண்றது? மனச வச்சி பீடிய சுத்தறதுக்கு இவளுக்கு என்னா?”

“இந்த நெலைமையிலே பீடி சுத்தறதுலே அவ மனசு எப்பிடிப் போவும்? கொழந்தைய எடுத்துட்டு போனதிலேருந்து அவ சைத்தான் புடிச்சவளைப்போல நடந்துக்கிறா. ஒரொரு நேரத்துல சாப்பாட்டையே மறந்துடறா. நான் கூப்பிடப் போனா என்மேல எரிஞ்சிவுழறா. அல்லா என்னை எப்பத்தான் கூப்பிட்டுக்கப் போறானோ?” என்று சொல்லிவிட்டு, “பாருங்க, உங்களுக்கொண்ணு சொல்றேன். உங்களுக்குப் புண்ணியமா போவுது, அவள கூட்டிப்போயி காவள்ளியிலே உட்டுடுங்க” - கெஞ்சும் குரலில் ஃபாத்திமா வேண்டிக்கொண்டார். முன்பே கோபத்தினால் கொதித்துக்கொண்டிருந்த கானுக்கு, நெருப்பில் நெய்யை ஊற்றியது போலாயிற்று.

“என்ன சொன்னே, அவள காவள்ளியில் கொண்டு போய் விடணுமா? எனக்கு என்ன புள்ளைங்க ஏராளமா கெடக்குறாங்களா? என் பேரனை அவங்க திருடங்களைப் போல வந்து திருடிட்டுப் போனாங்களே? அவன் ஆம்பளையாயிருந்தா என் முன்னால் வந்து கொழந்தைய எடுத்துக்கிட்டுப் போயிருக்கணும். இல்லன்னா ‘எம் பொண்டாட்டிய அனுப்பிடுங்க’ன்னு கேட்டிருக்கணும். ஊஹூம், அவ்வளவு தைரியம் அவனுக்கேது? இப்போ அப்பேர்பட்டவன் ஊட்டு வாசலுக்கு என் மகளைக் கூட்டிட்டு போய் விடணுமா? உனக்கு என்னா பைத்தியமா புடிச்சிருக்குது?”

அவருடைய அதட்டலான பேச்சுக்கு ஃபாத்திமா மௌனமாகிப் போனார்.

அவரும் எண்ணிக்கொண்டார். ‘குழந்தையை எடுத்துக் கொண்டு போகும்போது தனக்காவது ஒரு பேச்சு சொல்லிவிட்டுப் போயிருக்கலாமே’ என்று. அவர்களின் குழந்தை. நாங்களென்ன தடுத்திருப்பமா? அல்லது மருமகளை அனுப்பி வை என்று தன்னிடம் ஒரு வார்த்தை கேட்டிருக்கலாமில்லையா? பாவம், பெண் எவ்வளவு ஆசையோடு துணிமணிகளைக் கட்டிவைத்தாள்; இல்லை, இவர்கள் யாரும் மனிதர்களே இல்லை. ஒரு பெண்ணின் இதயத்தை, ஒரு தாயின் வேதனையைப் புரிந்துகொள்ள முடியாத இவர்கள் என்ன மனிதர்கள்?’

7

இப்படியே மாதங்கள் பல உருண்டன. ஒருநாள் மஹமத்கான் படகுத் துறையின் பக்கத்தில் உட்கார்ந்துகொண்டிருந்தபோது அங்கு வாழைத்தோட்ட ஜப்பார் வந்தான். ஊர்க்காரனான அவன் கானுக்குத் தெரியாதவனல்ல. இருவரும் உலக விவகாரங்களைப் பேசத் தொடங்கினர்.

எதையெதையெல்லாமோ பேசிக் கடைசியில் ஜப்பார், “பாருங்க, கான் அண்ணே... உங்க மகளை இப்பிடியே இன்னும் எவ்வளவு நாளைக்கு வீட்டிலேயே வச்சிக்கிட்டிருப்பீங்க?” என்றான்.

“அப்படின்னா?” கானுக்கு அடி முடி எதுவும் தெரியாமல் விழித்தார்.

“அப்படின்னா...” என்று சற்று இழுத்த அவன் மெதுவாகச் சொன்னான். “அப்படின்னா... இன்னும் ஒண்ணுமில்ல, எப்பிடியோ ரஷீத் கொழந்தைய எடுத்துகிட்டுப் போயிட்டான்... அவன் இனிமே உங்க மகளைக் கூப்பிட்டுக்கப்

போறானா என்ன? வயசுப் பொண்ண இன்னும் எவ்வளவு நாளைக்குன்னுதான் ஊட்டுலயே வச்சுக்கிட்டிருப்பீங்க?"

"அப்படீன்னா நீ என்னா சொல்றே? நான் அவள கூப்பிட்டுட்டுப் போயி அவன் ஊட்டுல உட்டுட்டு வரணும்ங்கிறீயா?" மஹமத்கானின் கண்கள் சிவக்கத் தொடங்கின. மூச்சுக்காற்று வேகமாக வரத்தொடங்கிற்று. உணர்ச்சிவசப்பட்டு நெஞ்சு மேலும் கீழுமாக ஏறியிறங்கத் தொடங்கியது.

"கான்பாய்! அப்பிடியில்ல, நான் சொன்னது. உங்களுக்குப் புரியல. நீங்க அவங்கிட்டேயிருந்து அவள 'தலாக்' பண்ணிட்டு வந்துட்டா அவள வேற யாருக்காவது கண்ணாலம் கட்டிக் குடுத்துடலாமே?" மேற்கொண்டு தன் திட்டத்துக்கு அடிப்போட்டான் ஜப்பார்.

இப்போது கானின் ஆத்திரம் அடங்கிப் போய்விட்டது. ஒருவிநாடி. ஜப்பாரின் முகத்தையே உற்றுப் பார்த்தார். "அப்படீன்னா உனக்குத் தெரிஞ்சவங்க யாராவது இருக்கிறாங்களா?" என்று மெதுவாகக் கேட்டார் கான்.

"அதான் நம்ம புதுவூட்டு சலீம் இருக்கிறாருல்லே... அவரு நேத்து எங்கூட மணிப்புரத்துக்கு வந்திருந்தார். இப்பிடியே போயிகிட்டே பேச்சுவாக்குல எங்கிட்ட இந்த விஷயத்தைக் கேட்டார். அவரோட மொதல் பொண்டாட்டி விஷயந்தான் உங்களுக்கே தெரியுமே? எப்பவும் வியாதிதான். ஊடு நெறைய இருக்கிற புள்ளைங்கள பாத்துக்கிறதுக்கு யாரும் இல்ல. உங்க மக தலாக் எதுனா வந்திருக்குதான்னு எங்கிட்ட கேட்டாங்க, எனக்குத் தெரியாதுன்னு சொன்னேன். 'நீ ஒருவாட்டி. மஹமத் கான் கிட்ட கேட்டுப் பாரு'ன்னு எங்கிட்ட சொன்னாங்க."

மஹமத்கானுக்கு இப்போது எல்லாம் புரிந்தது. புது வீட்டுச் சலீமை ஊரில் யாருக்குத்தான் தெரியாது? அவருக்கு பம்பாயில் பெரிய ஓட்டல் ஒன்று இருப்பதாக எல்லோரும் பேசிக்கொள்கிறார்கள். 'ஊரில் புதிதாகக் கட்டியிருக்கும் பெரிய வீடு, ஊருக்கு வெளியே சந்திரகிரி ஆற்றைத் தொட்டாற்போல பெரிய பாக்குமரத் தோட்டம் ஒன்று, நஞ்சை-புஞ்சை நெலம், சொத்துபத்து என்று வேண்டியளவுக்கு இருந்தன. அவரது பெரிய மகன், தன் பெண்ணைவிடச் சற்றுப் பெரியவனாகவே இருக்கலாம். இப்போது அவன் பம்பாயில் இருக்கிறான். பெண்டாட்டி

பிள்ளைகள் இருந்தால்தான் என்ன? உடுத்தவும் உண்ணவும் என்றைக்கும் குறையே ஏற்படாது. தன் மகள் பீடி சுற்ற வேண்டிய தேவையில்லை. தன் குடும்பத்துக்கும் அவரே அவ்வப்போது செலவுக்குக் கொடுப்பார். எதற்காகவும் யோசிக்க வேண்டியதே இல்லை. வயது மட்டும்தான் சற்று அதிகம். அவருக்கு ஏறக்குறைய தன்னுடைய வயது இருக்கலாம். இருந்தால் என்ன? நாதிரா என்ன சின்னக் குழந்தையா ? வரப்போகும் ஹஜ் மாதத்திற்கு அவளுக்கும் 17 ஆண்டுகள் முடியப் போகிறதே... அதுவுமில்லாமல் ஒருமுறை திருமணமாகி ஒரு குழந்தைக்குத் தாயும் ஆனவளுக்கு வேறு எந்த மாதிரிக் கணவன் கிடைப்பான்?

யோசனையில் மூழ்கியவராகப் பேச்சற்று உட்கார்ந்திருந்தார் மஹமத்கான்.

“பாருங்க கான்பாய், நல்லா யோசனைப் பண்ணிப் பாருங்க. உங்களுக்குப் பின்னால உங்க பொண்ணுக்கும் ஒரு வழியாகணும் இல்ல? நான் வர்றேன்” என்று சொல்லிக்கொண்டே ஜப்பார் எழுந்து தன் வீட்டை நோக்கிப் புறப்பட்டான்.

கான் அங்கேயே துறைக்குப் பக்கத்திலிருந்த பள்ளிவாசலுக்குச் சென்று தொழுகையை முடித்துக்கொண்டு, வீட்டுக்குப் புறப்பட்டார். ஜப்பார் சொன்னது அவரின் சிந்தனையில் வலுவாக வேறூன்றி நின்றன. வீட்டுக்குவந்து எதுவும் பேசாமல் உணவை முடித்துக்கொண்டு படுத்துவிட்டார்.

மறுநாள் காலை விரைவாக எழுந்து தேநீர், சிற்றுண்டி முடித்துக்கொண்டு மணிப்புரத்திற்குப் போகும்போது உடுத்தும் கைலியை உடுத்திக்கொண்டார். வெள்ளைத் தொப்பியின் மேல் முண்டாசைத் தலைக்குச் சுற்றிக்கொண்டு குடையைக் கையில் எடுத்துக்கொண்டதும் ஃபாத்திமா கேட்டார்:

“நீங்க மணிப்புரத்துக்குப் போறீங்களா?”

“ஹூம், உனக்கு எதுனா வாங்கிட்டு வரணுமா?”

‘‘நாதிராவுக்கு உடுத்திக்கிற சேலையெல்லாம் கிழிஞ்சி போயிருக்குது. அவளுக்கொரு சேலை வாங்கிட்டு வாங்க. அப்பிடியே நம்ம கன்னுக்குட்டிக்கி ஒரு கயிறு வாங்கிட்டு வாங்க...”

‘‘ஹூம் சரி...” என்று முனகிக்கொண்டே மஹமத்கான்

புறப்பட்டார். அவர் மணிப்புரம் நகரை அடைந்த போது நடுப்பகல் பன்னிரண்டு மணி ஆகியிருந்தது. நேராக ஒரு ஹோட்டலுக்குச் சென்று சாப்பிட்டுவிட்டு, தேநீர் குடித்தார். அங்கிருந்து நேராக ரஷீதின் கடைக்குச் சென்றார்.

எதிர்பாராவிதமாக மாமனார் வந்ததைப் பார்த்து மருமகனுக்கு என்ன செய்வது என்று தெரியவில்லை. ஒருநொடி தத்தளித்துப் போய்விட்டான். பின்பு சமாளித்துக்கொண்டு, முகத்தில் புன்னகையை வரவழைத்துக்கொண்டு, "வாங்க மாமா, ஒக்காருங்க" என்று அன்போடு அழைத்தான்.

ஆனால், அவர் வெளியே நின்று கடையில் வேறு யாரும் இல்லையென்று உறுதிப்படுத்திக்கொண்டு, "நான் ஒக்கார்றதுக்கு வரலை" என்று உரக்கச் சொன்னார். இதைக் கேட்டதும் ரஷீத் ஏதோ உணர்ந்தவனாகப் பதில் சொல்லாமல் இருந்தான்.

"நான் இல்லாதப்போ என் வீட்டுக்கு வந்து கொழந்தையைத் திருடிட்டு வந்துட்டாளே உங்க அம்மா, உங்க ரெண்டு பேருக்கும் வெக்கமாயில்ல?" - கானின் குரல் மெதுவாகச் சூடேறிக்கொண்டே வந்தது.

"என் கொழந்தையத்தானே நாங்க எடுத்துட்டு வந்தோம்?" அவனுக்கும் மெதுவாக கோபம் வரத் தொடங்கியது. அவனுக்கு மாமனாரிடம் இருந்த மரியாதை என்றோ போய்விட்டிருந்தது.

"சரி, உன் புள்ளைய நீ எடுத்துட்டு வந்துட்ட இல்ல, அப்போ எம்மகளுக்குத் 'தலாக்' குடுத்துடு" என்றார்.

"என்னது?" - தன் காதுகளையே நம்பாமல் கேட்டான் ரஷீத்.

"என் மகளுக்குத் 'தலாக்' குடுத்துடுன்னேன்..." - இன்னும் உரக்கச் சொன்னார்.

"ஷ்... சொல்றத மெதுவா சொல்லுங்க. இங்க அக்கம்பக்கத்துக் கடைக்காரங்களுக்கு கேக்கப் போவுது..."

"நீ என் மகளுக்குத் தலாக் குடுக்கிறியா இல்லியா?"

"நான் குடுக்கலேன்னா என்ன பண்ணுவீங்க?" - மருமகனுக்கும் பிடிவாதம்.

‘‘என்னை என்ன அவ்வளவு கையாலாகாதவன்னு நெனச்சிக்கிட்டியா? எங்கவூரு ஆளுங்கள கூப்பிட்டுட்டு வந்து ஓதச்சி உங்கிட்டயிருந்து தலாக் சொல்ல வைப்பேன்.”

அவளுக்கே தான் தேவையில்லாதபோது தனக்கு மட்டும் அவளே வேண்டுமென்ற பிடிவாதம் எதற்கு? ஊரில் பெண்களுக்கா பஞ்சம்?

கடையின் முன்னால் சச்சரவு ஏற்பட்டு ஜனங்கள் சேர்ந்துவிட்டால் ரஷீதுக்கு அவமானமாகப் போய்விடும். அதனால் அவன் தன் உணர்வுகளை அடக்கிவைத்துக் கொண்டு அமைதியான குரலில், “நீங்க அவ்வளவு தூரம் போகத் தேவையில்லை. பொண்ணுங்களுக்குப் பஞ்சம்னா நெனச்சிக்கிட்டீங்க? உங்க மகளவிட்டா எனக்கு வேற பொண்ணே கெடைக்க மாட்டாளா? ஆனா, ஒண்ணு. உங்க மக இதுக்குச் சம்மதிக்கிறாளான்னு தெரியணும்... சொல்லுங்க, இந்தக் கேள்விக்கு பதில் சொல்லிட்டா போதும். தனக்கு தலாக் வேணுமுன்னு அவ சொல்லியிருக்கிறாளா?” என்று கேட்டான்.

மஹமத்கான் ஒரு விநாடி யோசித்தார். தான் பேசாமலிருந்துவிட்டால் தன்னுடைய திட்டமெல்லாம் தலைகீழாகப் போய்விடும். ஒருமுறை தலாக் கைக்குக் கிடைக்கட்டும், அதற்குப் பிறகு எதை வேண்டுமானாலும் செய்து கொள்ளலாம்.

“அவ சொல்லாமலா நான் கேக்கறேன்? நீ எப்போ கொழந்தைய தூக்கிட்டு வந்தியோ அன்னைக்கே அவ மனசு முறிஞ்சு போச்சி. இனிமே அந்தப் புருஷன் எனக்கு வேணான்னு அவளே எங்கிட்ட சொன்னதனாலதான் வந்தேன்” - கான் சற்றும் கூச்சப்படாமல் தயக்கமில்லாமல் இதைச் சொன்னார்.

ரஷீதுக்குத் தலைமீது இடி விழுந்தது போலிருந்தது. முகம் வெளுத்துப் போயிற்று. தன்னை ஒரு விநாடியும் பிரிந்திருக்க முடியாத நாதிரா, தன் அன்பான மனைவி, தன் குழந்தையின் தாய், தனக்கு எல்லாமாக இருந்த நாதிரா இன்று ஒரே பேச்சில் தன்னை வேண்டாம் என்று சொல்லி விட்டாளா? தன்னை வெறுத்துப் புறக்கணித்து விட்டாளா? குழந்தையைப்

பார்க்காமல் தனக்கே வேதனையாக இருந்தது என்னமோ உண்மைதான். ஆனால், பாப்புவைக் கொண்டுவர அது மட்டுமே காரணமில்லையே! குழந்தையில்லாமல் அவளால் வாழ முடியாது என்றும், குழந்தைக்காக அவள் தந்தை அவளைத் தன்னிடம் அழைத்துக்கொண்டு வருவார் என்றும் எண்ணித்தான் குழந்தையைக் கொண்டு வந்தது. தான் பாரூவை அனுப்பியபோது அவள் வராமல் போனது தன் கோபத்தைக் கிளறிவிட்டது. தான் மிகையாகவே நடந்துகொண்டது உண்மைதான். ஆனால், அவள் தனக்குக் கணவனே வேண்டாமென்று சொல்லலாமா? பெண் புத்தியே அவ்வளவுதான். கண்பார்வையிலிருந்து மறைந்தால் போதும் கணவனும் வேண்டாம்; குழந்தையும் வேண்டாம். அவளுக்கே தான் தேவையில்லாதபோது தனக்கு மட்டும் அவளே வேண்டுமென்ற பிடிவாதம் எதற்கு? ஊரில் பெண்களுக்கா பஞ்சம்?

"வாங்க மசூதிக்குப் போகலாம்" - தணிந்த குரலில் ரஷீத் சொன்னவுடன் கானுக்கு ஆச்சரியமாக இருந்தது. இவ்வளவு விரைவாக அவன் ஒப்புக்கொள்வான் என்று அவர் எண்ணவேயில்லை.

இருவரும் பள்ளிவாசலுக்கு வரும்போது பிற்பகல் தொழுகைக்கான நேரம். இருவரும் தொழுகை செய்தனர். எல்லோரும் பள்ளிவாசலிலிருந்து போன பின்பு, மாமனாரும் மருமகனும் மௌல்வியின் அருகில் வந்தனர்.

ரஷீதே முதலில் பேச்சைத் ஆரம்பித்தான்.

"மௌல்வி சாஹிப், நான் என் மனைவிக்குத் 'தலாக்' குடுக்கலாம்னு வந்தேன்..."

"ஏன்? தலாக் குடுக்கறதுக்கு இப்போ என்ன ஆயிடுச்சி?" - அமைதியாகக் கேட்டார் மௌல்வி.

"அவ என்னைக் கேக்காமலே என் வீட்டிலேருந்து அவங்க அம்மா வீட்டுக்குப் போயிட்டா. இப்பேர் ஆறு மாசமா அங்கேயேதான் இருக்கிறா. இதுவரைக்கும் ஒரு தடவகூட எங்கிட்ட வரல. அதனால அவ எனக்கு வேணாம்..."

"பாருப்பா, என்னமோ பொம்பள புத்தி, தெரியாம போயிட்டா. இவ்வளவு சாதாரண காரணத்துக்கெல்லாம் 'தலாக்' குடுத்துடலாமா? ஒருமுறை பிரிஞ்சு போயிட்டா திரும்பவும்

கூடறது கஷ்டம். நல்லா யோசன பண்ணிப் பாரு...”

ஆனால், அவன் எண்ணிப் பார்ப்பதற்கு அதில் எதுவுமேயில்லை. மஹமத்கானே சொன்னார்: “இல்ல மௌல்வி சாஹிப், இதுல யோசன பண்றதுக்கு எதுவும் இல்ல. இவன்கூட வாழறதுக்கு எம் பொண்ணுக்கு விருப்பமில்ல. இதுல சும்மா நாள் கடத்துறதுல என்ன பிரயோஜனம்?”

இதற்கு மேலும் சொல்வதற்கு மௌல்விகளுக்கு எதுவும் தோன்றவில்லை.

“நான் என் பெஞ்சாதி நாதிராவை தலாக் ஒண்ணு, ரெண்டு, மூணு முறை சொல்லி அவள விடுதலை பண்ணிட்டேன்” - கடைசிச் சொற்களைச் சொல்லும்போது அவனின் குரல் சற்று நடுங்கிற்று. மௌல்விகள், கான் மற்றும் அங்கிருந்த வேறு இருவர் இதற்குச் சாட்சிகளாயினர்.

ஆயிற்று... இனிமேல் நாதிராவுக்கும் ரஷீதுக்கும் எந்தச் சம்பந்தமும் இல்லை. 105 ரூபாய் மஹரை ரஷீத் கடையிலிருந்து கொண்டுவந்து மாமனாரின் கையில் கொடுத்தான். வரதட்சணைப் பணத்தை அவன் திருப்பித் தந்திருக்க வேண்டும். ஆனால், பெண்ணைச் சேர்ந்தவர்களே ‘தலாக்’ கேட்டிருப்பதால் அதைத் திருப்பித்தர வேண்டியதில்லை. அவன் கொடுத்த நகைகள் மற்றும் அவன் வாங்கித் தந்த துணிமணிகள் ஏதாவது இருந்தால் நாளைக்குத் திருப்பித் தந்துவிட்டால் போயிற்று.

எல்லோரும் தத்தம் வீடுகளை நோக்கிப் புறப்பட்டனர். மஹமத்கான் ரஷீத் கொடுத்த பணத்திலிருந்து பேட்டைக்கடையில் மகளுக்குத் தேவையான துணிமணிகளை வாங்கிக்கொண்டார்.

நாதிராவின் வாழ்க்கையில் இன்னோர் அத்தியாயமும் இவ்வாறு முடிந்தது.

8

இப்போதெல்லாம் மஹமத்கான் மகளை முன்பு போல் அதட்டி மிரட்டுவதில்லை. பீடி சுற்றியது சரியாக இல்லாமலிருந்தாலும் ஒன்றும் சொல்ல மாட்டார். தம் மனைவியிடம் அவ்வப்போது நாதிராவின் திருமணத்தைப் பற்றி பேசுவார். “நான் சாகறதுக்குள்ள இவளுக்கொரு ஏற்பாடு பண்ணிடணும்” என்று அவ்வப்போது சொல்வார்.

ஒருநாள் இரவு உணவு முடிந்த பின்னால் வெற்றிலைப் பாக்கு போட்டுக்கொண்டு திண்ணையில் நிலவொளியில் மூன்று பேரும் உட்கார்ந்திருக்கும்போது, கான் தன் பேச்சுக்குப் பீடிகை போட்டார். ‘தலாக்’ வாங்கிவந்து மூன்று மாதங்களாகியிருந்தன. இன்றையிலிருந்து அவள் ரஷீத் கொடுத்த எந்தப் பொருளையும் பயன்படுத்தக் கூடாது. அவளைப் பொருத்த வரை அவன் அந்நிய ஆடவன்.

கான் மாலைத் தொழுகைக்கு முன்பே வீட்டுக்கு வந்துவிட்டார். மலர்ந்த முகத்தோடு

வந்த கணவனை பாத்திமா பார்த்தார்.

வாசலிலிருந்தே, "கன்னுகுட்டிக்குக் கவுறு வாங்கியாந்தீங்களா?" என்று கேட்டார்.

கன்றுக்கான கயிறை வாங்க, கான் மறந்தே போய்விட்டார். தோல்வியை ஒப்புக்கொள்ள மனமில்லாத அவர், "உன் தலையில பசு, கன்னு, ஆடு, கோழியைத் தவிர வேறென்ன இருக்கப் போவுது? நான் வேற வேலைங்களுக்கு மத்தியிலே அத மறந்தே போயிட்டேன்..."

"நம்ம வயித்துப்பாட்ட கழுவணும்னா அதுங்க பத்திரமா இருக்கணுமில்லியா?" என்று மெதுவாக முனகிக்கொண்டே, "அது என்னா அப்பிடிப்பட்ட வேல?" என்று கேட்டார்.

"வேற ஒண்ணுமில்ல, ரஷீத் நாதிராவுக்குத் 'தலாக்' குடுத்துட்டான்." - எந்த ஓர் உணர்ச்சியையும் காட்டாமல் மெதுவாகச் சொன்னார் கான்.

இது முற்றிலும் எதிர்பாராததாக இல்லாவிட்டாலும் இது இவ்வளவு விரைவில் வரும் என்று அவர் எண்ணியிருக்கவில்லையாதலால் அவருக்கு ஒருவிநாடி கண்கள் இருண்டு போனது போலானாலும் மறுவிநாடியே தன்னைச் சமாளித்துக்கொண்டார். நிதானமாக அடிவைத்து வீட்டுக்குள் போனார்.

நாதிரா அங்கேயே திண்ணை மீது பீடி சுற்றிக்கொண்டிருந்தாள். அவளுக்கும் கான் சொன்னது காதில் விழுந்தது. ஆனால், தனக்கு எதுவும் நடக்காதது போல் அவள் தன் வேலையைத் தொடர்ந்து செய்துகொண்டிருந்தாள். இதயத்தில் எரிமலை வெடித்துக் கொண்டிருந்தாலும் முகம் மட்டும் அமைதியாகவே இருந்தது. குழந்தையை எடுத்துக்கொண்டு போன நாளிலிருந்தே அவள் இதை எதிர்பார்த்துக்கொண்டேயிருந்தாள். இந்த நிலைமையைத் தாங்கிக்கொள்ளவும் சமாளிப்பதற்கும் தயாராகவே இருந்தாள். கணவனுக்காக ஆசைப்படுவதை அவள் என்றோ விட்டுவிட்டிருந்தாள்.

அவளால் நீண்ட நேரம் உட்கார்ந்திருக்க முடியவில்லை. ஆற்றங்கரைக்குச் சென்று அங்கு எப்போதும் உட்காரும்

பாறையின் மீது உட்கார்ந்தாள். வெறிச்சோடிய பார்வையில் பாகோடு கிராமத்தையே இலக்கின்றிப் பார்த்துக்கொண்டிருந்தாள். சந்திரகிரியும் அவளது பாதங்களை வருடத் தொடங்கினாள். தன் மடியிலேயே வளர்ந்து பெரியவளான இந்த மகளின் வேதனையிலும் சோகத்திலும் சந்திரகிரி ஆறும் எப்போதும் பங்காளியாக இருந்தாள்.

“அடியே, நாதிராவுக்கு ஒரு நல்ல சம்பந்தம் வந்திருக்குது” என்று எந்த முன் யோசனையும் இல்லாமல் சொன்னார் கான். நாதிரா தனக்கு எதுவும் கேட்காததைப் போலவே உட்கார்ந்திருந்தாள், பாத்திமா மட்டும், “யாரு? எந்த ஊர்க்காரங்க?” என்று கேட்டார். அவரது கேள்வியிலும் எந்தவிதமான உற்சாகமோ ஆவலோ இல்லை.

மஹமத்கான் அன்று ஐப்பாரைப் பார்த்துவிட்டு வந்திருந்தார். புதிய வீட்டு சலீம் அவசரப்படுத்துகிறார் என்று அவன் சொல்லியிருந்தான். “நம்ம ஊர் ஆளுதான்” என்று சொல்லிக்கொண்டே கான் சலீமின் குணச் சிறப்புகளைப் பற்றிப் புகழ்பாடத் தொடங்கினார். அவரது செல்வச் சிறப்புகளை வாயில் நீருறும்படி வர்ணித்தார். அவரைத் திருமணம் செய்து கொண்டால் நாதிரா ராணியைப் போலிருக்கலாம்; தங்கள் எல்லோருக்கும் இத்திருமணத்தால் எவ்வளவு பலனிருக்கின்றது என்பதையெல்லாம் அவர் அரைமணி நேரத்துக்கு விளக்கினார்.

எல்லாவற்றையும் கேட்டுக்கொண்டிருந்த நாதிரா எழுந்து நின்றாள். நிலவு வெளிச்சத்தில் அவளின் முகத்தில் நிழலாடிய உணர்வுகள் மற்றவர்களுக்குத் தெளிவாகத் தெரியவில்லை.

“வாப்பா...”

அவள் தந்தையை இப்படிக் கூப்பிட்டது இதுவே முதல்முறை. கர்ஜிப்பதில் தான் தந்தையின் மகள் என்று நிரூபித்துக் காட்டுவது போலிருந்தது அவள் குரல். விவரம் தெரிந்த நாளிலிருந்து தந்தையின் முன்கோபத்தைப் பார்த்து பயத்தினால் மூலையில் அடங்கிப் போய்விடும் அவள், தந்தையின் முன் நிற்பதே மிகவும் குறைவு. திருமணமாகிக் குழந்தை பிறந்த பிறகுதான் அவள் தந்தையிடம் சற்றுப் பயமில்லாமல் பேசத் தொடங்கினாள். தன் வாழ்வு இப்படியானதற்குத் தந்தைதான் காரணமென்று அவள் அறிந்திருந்ததால் அவளுக்கு இப்போது அவரிடம் எந்தவகையான

பயமோ மரியாதையோ இல்லாமல் போய்விட்டது. அவளது கர்ஜனையைக் கேட்டு பாத்திமா நடுங்கிப் போய்விட்டார். தந்தை வியப்போடு மகளின் முகத்தைப் பார்த்தார்.

"நீங்க எனக்கு ஒருவாட்டி கண்ணாலம் கட்டி வச்சது போதும். நீங்க ஏதாவது இன்னொருவாட்டி எனக்குக் கண்ணாலம் கருமாதின்னு தொடங்கினீங்க, நான் சந்திரகிரியிலே உழுந்து உயிர உட்டுடுவேன்" என்று சொல்லிக்கொண்டே புயலின் வேகத்தோடு தன் அறைக்குப் போய்த் தடாரென்று கதவைச் சாத்திக்கொண்டாள். தாயும் தந்தையும் மலைத்துப் போய் நின்றனர்.

'பாப்பு'வின் தொட்டில் இன்னும் அங்கேயே இருந்தது. தானும் ரஷீதும் முதன் முறையாகச் சந்தித்த அறை. குறும்புத்தனத்தால் மின்னும் கண்கள், அரும்பு மீசை, புன்னகை தவழும் உதடுகள் எல்லாம் நினைவென்னும் திரையின் மீது தெளிவாகப் படிந்த ஓவியங்கள். அவற்றைக் கலைத்துவிடவோ, அந்தத் திரையின் மேல் மற்றோர் ஓவியத்தைத் தீட்டச் செய்யவோ யார் முயன்றாலும் முடியாது.

இப்போது மஹமத்கான் தோற்றுப் போனார். தான் என்ன செய்ய வேண்டும் என்று எண்ணியிருந்தாரோ அது நடக்கவில்லை. முதல் நிக்ஹாவாக இருந்தால், பெண் 16 வயதுக்கும் சிறியவளாக இருந்தால் அவளது ஒப்புதல் இல்லாமலேயே அவளுடைய தந்தை தன் விருப்பம் போல் நிக்ஹா செய்து கொடுத்துவிடலாம். ஆனால், இரண்டாவது நிக்ஹாவை அவளது ஒப்புதல் இல்லாமல் யாரும் நடத்திவிட முடியாது. அவளது ஒப்புதலை மௌல்விகளே நேரில் வந்து கேட்க வேண்டும். அவளும் தனக்குச் சம்மதம் என்றால் தான் நிக்ஹா நடைபெறுமே தவிர, தனக்கு விருப்பமில்லை என்றால் அந்த நிக்ஹா நடைபெறாது.

மஹமத்கானும் பாத்திமாவும் எவ்வளவோ வழிகளில் மகளின் மனதை மாற்ற முயற்சித்தனர். இனிமேல் அவள் ரஷீதின் வீட்டிற்குப் போவது என்பது வெறும் கனவுதான்.

அதனால் அப்படிப்பட்ட விருப்பத்தை வைத்திருப்பதில் ஒரு பயனும் இல்லை. இன்னும் சிறுவயதுப் பெண். எத்தனை நாளைக்குத்தான் தனியாக இருக்க முடியும்? புதுவீட்டு சலீமைத் திருமணம் செய்துகொண்டால்தான் என்ன? உணவும் உடையும்

கொடுக்க யாராவது ஒருவர் இருந்தால் போதும். நடந்து போனதை எண்ணிப் பார்ப்பதில் எந்தப் பலனும் இல்லை. ரஷீத் இதற்குள்ளாகவே வேறு திருமணம் செய்துகொண்டிருக்கலாம். இது ஃபாத்திமாவின் கணிப்பு.

சலீமின் சொத்துக்களை நினைத்துக்கொள்ளும்போது கானின் வாயில் நீர் சுரக்கும். தம் பெண்ணுக்கு அவ்வளவுகூட அறிவில்லாமல் போய்விட்டதே என்று அவர் புலம்புவார். ஆனால், எந்த வகையிலும் அவளை வழிக்குக் கொண்டுவர அவரால் முடியாமல் போயிற்று.

இப்போது சில வேளைகளில் அவருக்கும் தோன்றும். தான் அவசரப்பட்டுத் தப்பு ஏதும் செய்துவிட்டோமா என்று. 'தலாக்' வேண்டுமென்று தாம் ரஹீதை வற்புறுத்தாமலிருந்திருந்தால் அவன் கொடுத்திருக்க மாட்டான். இப்போது வேறெதுவும் செய்வதற்கில்லை. மகள் இப்படிப் பிடிவாதம் பிடிப்பாள் என்று நாம் என்ன கனவு கண்டோமா? அவளுக்கு நல்லது நடக்கட்டுமென்றுதானே தான் இவ்வாறு செய்தது?

இப்போதெல்லாம் நாதிராவுக்கு மஹமத்கான் மீது ஏதோ சந்தேகம். அவரே ரஷீதிடம் கேட்டுத் தலாக் வாங்கிக்கொண்டு வந்துவிட்டாரோ என்று. தன்னைப் போன்ற வயதான சலீமுக்கு இரண்டாம் மனைவியாக மகளைக் கொடுப்பதற்கு மஹமத்கான் தயாரானதுமே அவளின் மனதுக்குள் இந்தச் சந்தேக விதை முளைவிடத் தொடங்கியது. இதற்கிடையில் கருவாடு விற்கும் பாரூ ஒருமுறை வந்தாள். அவளைப் பார்த்தவுடனேயே ஒருநொடி நாதிராவின் இதயத் துடிப்பு சட்டென்று நின்று போயிற்று. சற்று நேரம் நாதிராவினால் எதுவுமே பேச முடியவில்லை.

அப்புறம் மெதுவாக, "பாப்புவைப் பாத்தியா பாரூ? அவன் எப்பிடியிருக்கிறான்?" என்று கேட்டாள்.

"ஆமா நாதிராம்மா, நேத்துக்கூட அங்க போயிருந்தேன். பாப்பு நல்லாயிருக்கிறான். இப்போ நல்லா நடக்கிறான். அம்மா, பாட்டீன்னு என்னெல்லாமோ பேசறான். என்னைக்கூட 'பாலூ'ன்னு கூப்புடறான்."

ஒரேநொடியில் நாதிராவின் இதயம் காவள்ளிக்குப் பறந்தது. அதற்குப் பிறகு பாரூ பேசிய எதுவும் அவள் காதில் விழவே இல்லை.

“நாதிராம்மா நான் பொறப்படட்டுமா?” என்று பாரூ கேட்டதும்தான் அவளுக்கு உணர்வு வந்தது.

”பாரூ...” - மெதுவாக அழைத்தாள் நாதிரா. ‘‘அவர் எவ்வளவு சீக்கிரம் என்னைக் கைவிட்டுட்டார் பாத்தியா?” - தன் ஆற்றாமையை அந்தப் பெண்ணிடம் பகிர்ந்துகொண்டாள் நாதிரா.

பாரூ சற்று நேரம் நாதிராவின் முகத்தையே உற்றுப் பார்த்தாள். வியப்பினால் அவள் கண்கள் விரிந்தன.

‘‘நீங்கதான் தலாக் வேணும்னு உங்கப்பாகிட்ட சொல்லி அனுப்பிச்சிருந்தீங்களாம்!”

இதயத்தில் எரிமலை வெடித்துக் கொண்டிருந்தாலும் முகம் மட்டும் அமைதியாகவே இருந்தது.

மூடிமறைக்காமல் பாரூ கேட்டவுடன் இடி விழுந்ததைப்போல நாதிரா அதிர்ந்து போனாள். “யார் சொன்னது அப்படீன்னு?”

“உங்க மாமியார்தான் சொன்னாங்க... எதுக்கும்மா அவ்வளவு நல்ல மருமகள உட்டுட்டீங்கன்னு உங்க மாமியார்கிட்ட நான் கேட்டப்போ அவங்களே அப்படிச் சொன்னாங்க. ‘இந்தக் காலத்துப் பொண்ணுங்களுக்கு எவ்வளவு கொழுப்பு? அவளே புருஷன் வேணாம்னு சொன்னதுக்கப்புறம் என் மகன் என்ன ரோஷங்கெட்டவனா, இல்ல கையாலாகாதவனா அவள இங்கயே வச்சிகிட்டிருக்கிறதுக்கு? அவனுக்கு என்னா வேற பொண்ணே கெடைக்காதா?’ன்னு உங்க மாமியார் பொலம்பறாங்க...”

நாதிரா உட்கார்ந்த இடத்திலேயே கல்லாக உறைந்து போய்விட்டாள். தன் ‘வாப்பா’ இவ்வாறு செய்வார் என்று அவள் கனவிலும் கருதியிருக்கவில்லை. சற்று நேரம் கழிந்ததும், “அவர் வேற கலியாணம் கட்டிக்கிட்டாரா?” என்று அடக்கமுடியாமல் கேட்டே விட்டாள்.

“அவங்கம்மா என்னமோ அப்பப்போ சொல்லிகிட்டுதான் இருக்கிறாங்களாம்; வேற நிக்கா பண்ணிக்கோன்னு. ஆனா, அவரு சம்மதிக்கலயாம். இப்போ வேற கல்யாணம் வேணாம்னுதான் சொல்லிட்டிருக்கிறாராம்...”

அந்தக் கடைசி வார்த்தைகளைக் கேட்டு நாதிராவின் வெந்துகொண்டிருந்த இதயத்தின் மீது தென்றல் வந்து தடவிச் சென்றதைப் போலாயிற்று. 'நான்தான் அவரைத் தவறாகப் புரிந்துகொண்டேன். அவர் என்றைக்கும் என்னைக் கைவிட்டிருக்க மாட்டார். என் தந்தையே என் கணவனின் மனத்தில் இந்த நச்சுவிதையை ஊன்றாமலிருந்திருந்தால் அவர் எப்போதுமே என்னைக் கைவிட்டிருக்க மாட்டார்...'

''பாரூ" - மீண்டும் அழைத்தாள் நாதிரா. ''என்னா நாதிராம்மா, எனக்கு நேரமாவுது சீக்கிரம் சொல்லுங்க" என்று அவசரப்படுத்தினாள் பாரூ.

''பாரூ, ஒண்ண மட்டும் அவருக்குச் சொல்றியா? நான் எப்பவும் எங்க வாப்பாவ அவர்கிட்ட 'தலாக்' வாங்கிட்டு வாங்கன்னு சொல்லவும் இல்ல, அனுப்பவும் இல்லேன்னு தெரியப்படுத்துவியா?"

"ஆகட்டும்" என்று தலையசைத்துக்கொண்டே பாரூ புறப்பட்டுப் போனாள்.

9

மஹமத்கான் இப்போது இரவு பகலாக யோசித்துக்கொண்டேயிருந்தார். தானே, தன் கையினாலேயே தன் மகளின் வாழ்க்கைக் கொடியை, பசுந்தளிரைக் கிள்ளி எறிந்துவிட்டோமே! இதற்குப் பரிகாரம்தான் என்ன? ஜமீலா கணவன் வீட்டுக்குப் புறப்பட்டு போனவுடன் பீடி சுற்றுவதற்காக இவள் வீட்டிலிருக்கட்டும் என்று தான் எண்ணியது என்னவோ உண்மைதான். ஆனால், ரஷீத்தும் அவனது தாயும் இப்படிக் குழந்தையைப் பறித்துக்கொண்டு போய்விடுவார்களென்று தான் நினைத்தே பார்க்கவில்லை. குழந்தை போன பின்பு நாதிரா யாருடனும் பேசாமல், தனிமையில் அமர்ந்து வாழ்க்கையில் எந்தப் பிடிப்புமற்று உற்சாகமிழந்திருப்பதைப் பார்த்து, மீண்டும் திருமணமானால் பட்டுப்போன அவளின் வாழ்க்கைக் கொடி மீண்டும் தளிர்த்து வளரலாம் என்று, தான் திட்டம் போட்டது எவ்வளவு தவறாகப் போய்விட்டது. அதுவுமில்லாமல் அப்போது புதுவீட்டு சலீமின் செல்வ சம்பத்து தன்னைக் கவர்ந்திழுத்தது. இழுத்தது என்ன, இப்போதும் இழுத்துக்கொண்டுதான் இருக்கிறது.

நாதிரா சம்மதித்தால் இப்போதுகூட அவனுக்கு நிக்ஹா செய்து கொடுத்துவிடலாம். அவள் சம்மதிக்க மறுக்கிறாளே? இப்போது என்ன செய்வது?

இதற்கிடையில் மஹமத்கானின் உடல்நலமும் கெட்டு வருகிறது. பசியே எடுப்பதில்லை. அடிக்கடி வயிற்று வலியும் வந்துகொண்டிருந்தது. சில நேரங்களில் தின்றதெல்லாம் வாந்தியாகிவிடும். இத்துடன் மகளைப் பற்றிய கவலையும் சேர்ந்து அவர் உடல் நலத்தை மிகவும் பாதித்தது. 'மகளுக்கொரு வழி செய்யாமல் தான் இறந்துவிட்டால், மகளின் கதி என்னவாகும்?' என்று எண்ணிப் பார்த்து ஒரு நாள் அவர் தன் நெருங்கிய நண்பரான காதர் சாயபுவின் வீட்டுக்குச் சென்றார். காதர் தன் வீட்டுப் புழக்கடையில் வாழை மரங்களுக்கு நீர் ஊற்றிக்கொண்டிருந்தார்.

"வாங்க அண்ணே, உக்காருங்க..." - வாஞ்சையோடு நண்பரை வரவேற்று உபசரித்தார் காதர். மஹமத்கான் உள்ளே வந்து உட்கார்ந்தார்.

"என்ன அண்ணே ஒடம்பு சரியில்லையா? ரொம்ப மெலிஞ்சு போயிட்டிருக்கீங்களே?" அருகிலேயே உட்கார்ந்தபடி நண்பரின் நலம் விசாரித்தார்.

"ஆமாங் காதரு. கொஞ்ச நாளா ஒடம்பு சரியில்லதான்..."

"மணிப்புரம் ஆஸ்பத்திரிக்குப் போய் டாக்டர்கிட்ட காட்டியிருக்கணும், என்ன பண்ணுது ஒடம்புக்கு?"

"பெரிசா அப்படி ஒண்ணும் இல்ல. அப்பப்போ கொஞ்சம் வயித்துவலி. அது ஒண்ணும் பெரிசில்ல. எனக்கு இப்போ எம்மக நாதிராதான் பெரிய யோசனையா இருக்கு..."

இது தானே தன் கையாலேயே ஏற்படுத்திக்கொண்டது என்பதை அவர் அப்போது மறந்து போய்விட்டார். "எனக்கு ஏதாவது ஆகிப் போச்சின்னா அவளுக்கு யாரு கதி?"

"அவனுக்குத் தலாக் குடுக்கிறதுக்கு மனசு இருக்கலே! நான்தான் கட்டாயப்படுத்தி தலாக் சொல்ல வச்சு வாங்கிட்டு வந்துட்டேன். ஒரு கொழந்தையும் இருக்குது இல்ல? அவன் நிச்சயமா ஏத்துக்குவான்."

"ஆகட்டும் அண்ணே, நான் போயிப் பேசிப் பாக்கறேன். நீங்க கவலப்படாதீங்க" என்று நண்பரை உற்சாகப்படுத்தினார் காதர்.

மறுநாள் காதர் சாயபு மஹமத்கானின் வீட்டுக்கு வரும்போது இரவு கவிந்திருந்தது. அந்திமாலை நமாஜைப் பக்கத்திலிருந்த மசூதியில் முடித்துக்கொண்டு திரும்பும்போது அவர் கானின் வீட்டுக்கு வந்தார். அவர் அன்று காலை மணிப்புரம் சென்று ரஷீத்தைச் சந்தித்துவிட்டு வந்திருந்தார்.

"என்ன காதர், ரஷீத்கிட்டப் போயிருந்தியா?" - ஆவலோடு நண்பரிடம் கேட்டார் கான். "போன வேலை என்னாச்சி? பழமா காயா?"

"காயி எப்பிடியாயிடும் அண்ணே, பழந்தான்னு வச்சுக்குங்க. இப்போ ரஷீத்துக்கும் தெரிஞ்சுருக்கு, இதுல நாதிராவோட தப்பு எதுவுமில்லேன்னு. அவனும் ரொம்ப வருத்தப்பட்டான்... தானும் ரொம்ப அவசரப்பட்டுட்டோம்னு. எவ்வளவு சீக்கிரமா முடியுதோ அவ்வளவு நல்லதுன்னு அவனே சொன்னான். கொழந்தைய பாத்துக்கிறதுக்கு யாரும் இல்லாம அவங்கம்மாவே ரொம்பக் கஷ்டப்பட்டுட்டு இருக்காங்களாம்"

தூதுப் பொறுப்பை ஏற்றுச் சென்று சமாதான உடன்பாட்டைச் சுமந்துகொண்டு வந்த மனநிறைவு அவருக்கு.

இந்த மகிழ்ச்சியான செய்தியினால் மஹமத்கானின் முகம் மலர்ந்துபோயிற்று. அந்த மகிழ்ச்சியில் அவர் நண்பரை இரவு உணவு உண்டு போகும்படி கட்டாயப்படுத்தத் தொடங்கினார். மாலையில் விற்பனைக்கு வந்த பெரிய பெரிய பச்சைப் பங்கட மீன்களை ஃபாத்திமா வாங்கிக்கொண்டிருந்ததை கான் பார்த்திருந்தார். அந்தத் துணிவில்தான் அவர் நண்பரைச் சாப்பிட்டுப் போகும்படி கட்டாயப்படுத்தியது.

நண்பர்களிருவரும் சேர்ந்தே உட்கார்ந்து சாப்பிட்டு முடித்தனர். பங்கட மீன் துண்டுகளை ஃபாத்திமா தாராளமாகப் பரிமாறினார். தனக்குப் பசியில்லாமலிருந்தாலும் நண்பர் வயிறு நிறைய சாப்பிட்டதைப் பார்த்து, கான் திருப்திப்பட்டுக் கொண்டார்.

நண்பர் புறப்பட்டுப் போன பிறகு, கான் உள்ளே வந்து தாயும் மகளும் சாப்பிடுவதற்காகவே காத்திருந்தார். ஃபாத்திமா தாம்பூலத் தட்டை எடுத்துக்கொண்டு தாழ்வாரத்துக்கு வந்ததும் கானும்கூட அங்கேயே வந்து உட்கார்ந்தார். நாதிரா கதவருகில் மனைமீது உட்கார்ந்தாள்.

“தா... காதர் இன்னைக்கு ரஷீத்கிட்ட போயிருந்தானாம்” மஹமத்கான் சொன்னதும் நாதிராவின் காதுகள் கூர்மையடைந்தன.

“இனிமேல் ரஷீத் பேச்சு நமக்கெதுக்கு?” உற்சாகமேயில்லாமல் பேசினார் ஃபாத்திமா.

“ரஷீது நாதிராவ மறுபடியும் நிக்ஹா பண்ணிக்கிறதுக்குத் தயாரா இருக்கானாம்” என்று எந்தப் பீடிகையும் இல்லாமல் கான் இதைச் சொன்னதும், தாயும் மகளும் மலைத்துப் போயினர். என்ன சொல்வதென்று இருவருக்கும் தோன்றவேயில்லை.

“ஆனா, ஒரு தடவை தலாக் ஆயிட்டதுக்கப்புறம் இன்னொரு தடவ அவனையே கல்யாணம் கட்டிக்கிறதுக்கு என்னமோ தடங்கலு இருக்குதாமே?”

ஃபாத்திமா மெதுவாகச் சந்தேகத்தைக் கிளப்பினார்.

“அதெல்லாம் நான் நாளைக்கு மௌல்விகிட்ட கேட்டுக்கறேன்... நீ சும்மா ஏதாவதொன்ன சொல்லிப் பொண்ணு மனச கெடுத்துடாத” என்று கான் ஃபாத்திமாவை அதட்டினார். ஃபாத்திமா பேச்சிழந்து போனார்.

நாதிராவின் இதயவானில் பௌர்ணமி நிலவு மெல்ல முகிழத் தொடங்கியது. ஏனோ, அவளுக்கு அங்கே உட்கார்ந்திருக்க முடியவில்லை. ஆற்றங்கரைக்குச் சென்று தனக்கு விருப்பமான கல்லின் மீது உட்கார்ந்து ஆற்றில் கால்களைத் தொங்கவிட்டுக்கொண்டாள். ஏழாம் பிறை நிலவின் ஒளிக் கதிர்கள் ஆற்றில் எதிரொளித்துக்கொண்டிருந்தன. சுற்றிலும் கம்பீரமான மௌனச் சூழலையும் மீறி நாதிராவின் இதயத்துள்ளிருந்து ஒரு குயில் கூவத் தொடங்கிற்று. மயிலொன்று தோகை விரித்து நடனமாடத் தொடங்கியது.

இப்போதெல்லாம் நாதிரா நொடிகளை, விநாடிகளை மணிகளை, நாட்களை எண்ணத் தொடங்கியிருந்தாள். ‘பாப்புவிற்குத் தன் நினைவு இருக்குமா? அவன் இப்போது நடக்கக் கற்றுக்கொண்டிருக்கிறான் என்று பாரூ சொன்னாளே? நடந்து ஆற்றுப் பக்கமாகத் தனியாகச் சென்றால் என்ன ஆவது? மாமியார் அவனைப் பார்த்துக்கொள்ள எவ்வளவு தொல்லைப்படுகிறார்களோ என்னவோ... நான் ஒருமுறை அங்கு சென்றுவிட்டால் போதும், மறுபடியும் இனி எப்போதும் இந்தப்

பக்கம் வரவே மாட்டேன். இந்தத் திக்கில் தலைவைத்தும் படுக்க மாட்டேன்...’

சில நாட்களிலேயே நாதிரா முன்போலவே சின்னஞ்சிறு சிறுமியைப் போல குதூகலத்துடன் கலகலப்பாக நடமாடத் தொடங்கிவிட்டாள். கண்களில் ஒளி பளபளத்தது. வெளுத்துப் போயிருந்த கன்னங்கள் செவ்வண்ணமாக மாறத் தொடங்கின.

மறுபடியும் அவங்க ஒண்ணு சேரணும்னா அவ வேற ஒருத்தன கலியாணம் கட்டிகிட்டு, அவங்கிட்டயிருந்தும் தலாக் வாங்கியிருக்கணும்.

அன்று மஹமத்கான் பெரிய மௌல்விகளைப் பார்க்க மணிப்புரம் போனார். அப்போது நாதிரா தானாக அவர் முன்னால் இங்குமங்கும் நடமாடி அவருக்கு வேண்டியவற்றை எல்லாம் செய்து தந்தாள். தலைப்பாகையையும் குடையையும் தானே எடுத்துவந்து அவரிடம் கொடுத்தாள். புன்னகை முகத்தோடு அவரை வழியனுப்பிவைத்து அவர் திரும்பி வருவதற்காக ஒற்றைக்காலில் நின்று காத்திருக்கத் தொடங்கினாள்.

மாலையில் மஹமத்கான் திரும்பி வரும்போது தாயும் மகளும் தொழுகையில் மூழ்கிப் போயிருந்தனர். கான் வந்தவுடன் தலைப்பாகையை அவிழ்த்து அதன் முனையினால் முகத்திலிருந்த வியர்வையைத் துடைத்துக்கொண்டே தனது கட்டிலின் மேல் உட்கார்ந்தார்.

தாயும் மகளும் வழிபாட்டை முடித்துக்கொண்டதும், நாதிரா ஆவலுடன் தன் தந்தையின் அருகில் வந்தாள். ஃபாத்திமா அங்கே வரும்போது யாருடைய ஆட்டுக்குட்டிகளோ தம் வீட்டு வாழைக் கன்றுகளை மேய்வதைக் கண்டு அங்கே ஓடி அவற்றைத் துரத்தினார். கோழி தன் குஞ்சுகளோடு அவரைப் பந்தலின் அடியில் அதன் வேர்த்தண்டுகளையே கிளறுவதைக் கண்டு அவற்றை வாசலுக்கு அழைத்து, அரிசி நொய்யைத் தூவினார். தந்தை கொண்டுவந்த செய்தியைக் கேட்க நாதிராவிற்கு இருந்த உற்சாகம். அவள் தாய்க்கு இல்லை.

தந்தை பேசாமல் உட்கார்ந்திருந்ததைப் பார்த்து நாதிரா தானே கேட்டாள்: “அப்பா, மௌல்வியார்கிட்ட போயிருந்தீங்களா?”

“உம்...”

“அவரு என்ன சொன்னார்?”

“அவரு என்ன சொல்வாரு? குர்ஆன்ல இருக்கிறத சொன்னார்.” அமைதியான குரலில் சொன்னார் கான்.

நாதிரா பொறுமை இழந்துகொண்டிருந்தாள்.

“என்ன இருக்குது குர்-ஆன்ல?” அவளையறியாமல் அவளின் குரல் உரக்க பீறிட்டுக்கொண்டு வந்தது.

மஹமத்கான் மௌலவிகள் கூறியதை விவரிக்கத் தொடங்கினார்: ”பாரும்மா, குர்-ஆன்ல என்ன சொல்லியிருக்குன்னா ஒருமுற ஒருத்தன் தன் பொஞ்சாதியோட ‘தலாக்’ மூணுமுற சொல்லிட்டா அதோட அந்தப் புருஷன்-பொஞ்சாதியோட சம்பந்தம் முழுக்க முழுக்க அறுந்து போயிடுது. மறுபடியும் அவங்க ஒண்ணு சேரணும்னா அவ வேற ஒருத்தன கலியாணம் கட்டிகிட்டு, அவங்கிட்டயிருந்தும் தலாக் வாங்கியிருக்கணும். அப்படி அவளுக்கு வேற ஒருத்தனோட கலியாணம் ஆயிருக்கலேன்னா, ஒரு நாளைக்காவது ஒருத்தனோட கலியாணம் பண்ணிக்கணும்; ஒரு ராத்திரியாவது அவனோட இருந்திருக்கணும். அடுத்த நாள் அவன்கிட்டயிருந்து ‘தலாக்’ சொல்லி வாங்கிட்டு மூணு மாசம் காத்திருக்கணும். கர்ப்பம் ஏதாவது உண்டாகியிருக்கான்னு தெரிஞ்சிக்கத்தான். இல்லேன்னு உறுதியான பின்னால அந்த மொதல் புருஷன் அவள கலியாணம் பண்ணிக்கலாம். இது இஸ்லாம் மதக்கோட்பாடு. அதை மீறவே முடியாது.”

இதைக் கேட்டுக்கொண்டிருக்கும்போதே நாதிராவின் முகம் வெளுத்துப் போய்விட்டது. நாக்கு உலர்ந்து விட்டது. அவளுக்குத் தலைமீது இடி விழுந்தது போலிருந்தது. இதுவரை தாக்கிய எல்லா இடிகளையும்விட இது மிக பயங்கரமான இடியாக இருந்தது. அவள் எதுவும் சொல்லாமல், சொல்ல முடியாமல், அறைக்குச் சென்று தன் கட்டிலின் மேல் சரிந்து விழுந்தாள்.

10

இனிமேல் தான் தன் அன்புக் கணவனை, தன் குழந்தையை அடைவது முடியவே முடியாது. ஓர் இரவுக்கு ஒருவனை மணந்து மீண்டும் இந்தக் கணவனை அடைய வேண்டும். இவ்வளவிற்கும் தான் என்ன குற்றம் செய்தோம்? பால்குடிக்கும் கைக்குழந்தையை எடுத்துக் கொண்டுபோய், தலாக் கொடுத்து என்னை வஞ்சித்தவர்கள், கொடுமைப்படுத்தியவர்கள் மற்றவர்கள்தாம். இருந்தும் இன்னும்கூட தண்டனையை அனுபவித்துக்கொண்டிருப்பவள் நான்தான். இது என்ன நியாயம்? ஆண் என்ன செய்தாலும் அதற்குரிய தண்டனை பெண்ணுக்குத்தானா? ஓர் இரவைத் தன் கணவனே வேறொருத்தியோடு கழிக்க வேண்டுமென்றால் எப்படியிருக்கும்? உம்... ஆணுக்கென்ன? சந்தோஷமாகவே ஏற்றுக்கொள்வானே? ஆண்களுக்கு அதனால் எந்த அழுக்கும் தீட்டும் ஒட்டிக்கொள்ளாதே? ஆனால், பெண்ணுக்கு அப்படியிருக்க முடியுமா?

ஒருவேளை தான் ஏதாவது இதற்குச் சம்மதித்தாலும் தன் கணவனுக்குத் தன் மீது அசூயை, அதிருப்தி ஏற்படாது என்பதற்கு என்ன ஆதாரம்? ஓர் இரவு இன்னொருவனுடன் இருந்தவள் என்பதை சகித்துக்கொண்டு அருவருப்பில்லாமல் அவன் தன்னை ஏற்றுக்கொள்வானா? முன்பிருந்ததைப் போலவே, தூய்மையான அன்பும் புனிதமான தாம்பத்திய உறவும் அங்கு நிலவுவது சாத்தியமா? ஒருவேளை மறுநாள் தன் கணவன் அருவருப்பினால் தன்னை மறுபடியும் மணந்துகொள்ள மாட்டேன் என்று சொல்லிவிட்டால் அப்போது மௌல்வி என்ன சொல்வார்? அப்போது எல்லாமே வீணாகப் போய்விடுமே? அப்போது மௌல்வி 'போகட்டும், பரவாயில்லை' என்பாரா? இந்த ஆண்கள் சொல்கிறபடி ஓர் இரவு ஒருவனோடு இருக்கவும் ஒருபொழுது தன் உடலை ஒருவனுக்கு ஒப்படைக்கவும் தான் என்ன ஆடு, மாடா? உள்ளம் உணர்வு ஏதுமில்லாத ஒரு மிருகம் என்பதைப் போலல்லவா இவர்கள் என்னைக் கருதுகிறார்கள்? பெண் ஒரு மனிதப் பிறவியே இல்லை என்பதைப் போலல்லவா இவர்கள் நடந்துகொள்கிறார்கள்? என்னவானாலும் சரி, யாரோ ஒருவனுடன் ஓர் இரவைக் கழிக்க, அவன் சட்டவிதிகளின்படியே தன்னை நிகாஹ் செய்துகொண்டவனேயானாலும் அவனுடன் ஓர் இரவைக் கழிக்க தன்னால் முடியவே முடியாது.

இப்போது ரஷீத் மீது அவளுக்கிருந்த இனிமையான உணர்வுகள் ஒரேயடியாக எரிந்து சாம்பலாகிவிட்டதைப் போலாயிற்று. தன் தந்தை கேட்டவுடனே அவன் ஏன் 'தலாக்' கொடுத்திருக்க வேண்டும்? தன்னிடம் விசாரிக்காமலேயே, தன்னைக் கேட்காமலேயே முன்பின் எண்ணிப் பாராமல் மூன்று முறை தலாக் என்று சொல்லிவிட்டால், எல்லாப் பிணைப்புகளும் பந்தங்களும் அறுந்துப் போனதாகிவிடுமா? தன் ரத்தம் - ஊனையெல்லாம் பகிர்ந்துகொண்டு பத்து மாதம் வயிற்றில் தாங்கி, பிறப்பு-இறப்புகளுக்கிடையில் போராடி பெற்றெடுத்த குழந்தையின் மீது தனக்கெந்த உரிமையுமில்லை. தன் இன்பத்துக்காக, தன் காம உணர்வுகளைத் தீர்த்துக்கொள்வதற்காக மனைவியைப் பயன்படுத்திக்கொண்ட கணவனுக்கு அந்தக் குழந்தை மீது உரிமை; மனைவிக்குத் தலாக் கொடுத்த நாளிலிருந்து அந்தக் குழந்தைக்கு அவனே உரிமையாளன். குழந்தை, கணவன் யாருமே தன்னுடையவரல்ல. தனக்கு இன்னும் இந்த வாழ்க்கையில்

எதுவுமே தேவையில்லை. தான் பெருமைப்பட்டுக்கொண்ட தன் அன்புக்குரிய கணவனின் வீட்டுக்குப் போக முடியாமல், வீட்டுக்குச் சொந்தக்காரியாக உரிமையோடு வாழ முடியாதபோது தான் வாழ்ந்துதான் என்ன பயன்? எல்லோருமாகச் சேர்ந்து என்னை நிம்மதியாகச் சாகவிட்டால் போதும்.

மஹமத்கானின் நோய் அதிகமாகத் தொடங்கியது. துறைக்குப் பக்கத்திலிருந்த மசூதிக்குக்கூடப் போய்வர முடியவில்லை. வீட்டிலேயே நமாஜ் செய்துகொண்டிருந்தார். வீட்டுப் பொருளாதார நிலைமை மேலும் மோசமாயிற்று. நன்றாகப் பால் கொடுத்துக்கொண்டிருந்த ஒரு நல்ல ஆட்டையும், அதன் இரு குட்டிகளையும் விற்று வந்த பணத்தைக்கொண்டு, வீட்டுக்கே வைத்தியரை வரவழைத்து கணவனுக்கு மருந்து, பத்தியம் என்று செலவு செய்தார் ஃபாத்திமா. மஹமத்கான் மகள் ஜமீலாவை ஒருமுறை பார்க்க ஆசைப்பட்டபோது, தங்கள் உறவினர் ஒருவரை ஜமீலாவின் வீட்டுக்கு அனுப்பி அவளை அழைத்துவரச் செய்தார். கணவனின் வியாதி, மகளின் கருகிப்போன வாழ்க்கை, குடும்பத்தின் பொருளாதாரத் தொல்லைகள் ஆகியவற்றால் அவர் ஏற்கெனவே மிகவும் நொடிந்து போயிருந்தார்.

தங்கையைப் பார்த்ததும் நாதிரா, பாலைவனத்தின் நடுவில் ஒரு குளிர்ந்த நீரூற்றைக் கண்டதைப் போல மகிழ்ந்து போனாள். தனது கஷ்டத்தையும் சோகத்தையும் தான் ஒருத்தியாகவே எண்ணியெண்ணி மருகி உள்ளுக்குள்ளாகவே விழுங்கி விழுங்கிச் சோர்ந்து போயிருந்த அவள், தங்கையைப் பார்த்ததும் சற்று நிம்மதியடைந்தாள். ஜமீலா வந்தவுடன் தந்தையின் அருகில் சென்று அவரின் உடல் நலம் விசாரித்தாள். வியாதியினால் வாடி வற்றிப் போயிருந்த தந்தையின் உடம்பைப் பார்த்து அவள் விக்கித்துப் போய்க் கண்ணீரைத் துடைத்துக்கொண்டாள். சற்று நேரம் தந்தையினருகில் இருந்துவிட்டு, பிறகு மெதுவாக வந்து அக்காவின் அருகில் உட்கார்ந்தாள்.

நாதிரா பீடித் தட்டைக் கீழே வைத்துவிட்டு தங்கையின் முகத்தைப் பார்த்தாள். அந்தக் கண்களில் முன்பு இருந்த ஒளி இல்லையே? தங்கையின் கன்னங்கள் வாடிப் போயிருக்கின்றனவே? அவள் பார்வை தங்கையின் உடம்பின்மீது உலவி, தங்கையின் கைகளில் வந்து நின்றது.

“ஜமீலா, உங்கையில் ஒவ்வொரு வளையல்தானே இருக்குது? இன்னொரு ஜோடி வளையல் என்ன ஆச்சு?” என்று படபடப்போடு அவள் தங்கையிடம் கேட்டாள்.

ஜமீலா சற்று நேரம் தலை தாழ்த்தியவாறு உட்கார்ந்திருந்தாள். பிறகு தலையை நிமிர்த்தி அக்காவின் முகத்தைப் பார்த்தாள். அவள் கண்களில் கண்ணீர் தேங்கி நின்றிருந்தது.

“சொல்லு ஜமீலா, என்ன ஆச்சு?” - நாதிரா கட்டாயப்படுத்தினாள். ஜமீலா மெதுவாக உள்ளேயிருந்த தாய்க்குக் கேட்காதவாறு சொல்லத் தொடங்கினாள்.

“என் சின்ன நாத்தனார் முனிரா இருக்கா இல்லியா? அவள் கல்யாணத்துக்கு முன்னால என் மாமியார் ரெண்டு ஜோடி வளையல் போடறோம்னு ஒத்துகிட்டிருந்தாங்களாம். இவங்களால இதுவரைக்கும் சொன்னபடி போட முடியலே. இப்போ ரெண்டு கொழந்தைங்க ஆன பின்னால அவள அவ புருஷன் வீட்டுக்காரங்க எங்க வீட்டுக்கு அனுப்பிட்டாங்க. வளையல் போடலேன்னா தலாக் குடுத்துடுவோம்னு மெரட்டத் தொடங்கினாங்க. எங்க வீட்டுல இப்பவே நெறைய பேரு இருக்கிறாங்க. இன்னும் இவளையும் இவளோட ரெண்டு புள்ளைங்களையும் காப்பாத்தறவங்க யாரு? அதுக்காகத்தான் எங்க மாமி என் வளையலைக் கொடுக்கச் சொல்லி என்னைக் கட்டாயப்படுத்தினாங்க. எங்க வீட்டுக்காரரும் அதே புடிவாதம் புடிச்சாரு. இனிமே நான் என்ன பண்றது? கழட்டி குடுத்துட்டேன். அப்புறம்தான் அவ புருஷன் வீட்டுக்குப் பொறப்பட்டுப் போனா” என்று சொல்லி தன் கண்ணீரைத் துடைத்துக்கொண்டாள்.

நாதிரா பழைய நினைவுகளுக்குச் சென்றாள். அவனது நெஞ்சில் தலைவைத்து அவன் இதயத்துடிப்பின் லயத்தில் ஆழ்ந்திருந்தவள் தலையை நிமிர்த்தி, கண்களை விரித்து குழந்தையைப் போல் முகத்தை மலர்த்தி, “எங்கிட்ட என்னயிருக்குது உங்களுக்குக் குடுக்கிறதுக்கு?” என்று கேட்டதும், அவன் அவளை இறுக அணைத்து இதழ்களின் மீது முத்த மழை பொழிந்தான். அந்தக் கணத்தில் அவள் இந்த உலகையே மறந்து அவன் மார்பில் தன் முகத்தைப் புதைத்துக்கொண்டாள். பிறகு மெதுவாகத் தலைநிமிர்த்தி, “நீங்களும் மாமியும் என்னென்னைக்கும் என்னை இப்படியே வச்சிருந்தா போதும். எனக்கு வேற ஒண்ணும் வேண்டாம்” என்றாள்.

ரஷீத் தலாக் கொடுத்த பிறகு அவள் எல்லாப் பொருட்களோடும் அந்தக் கொலுசையும் அவனிடமே திருப்பிக் கொடுத்துவிட்டாள்.

“அக்கா, எங்கெ இருக்கிறே?” தங்கையின் அழைப்புக் கேட்டு நாதிரா உணர்வு பெற்றாள். பிறகு மௌனமாகச் சிரித்தவாறே, “அங்கே, தூரத்துல இருக்கிற காவள்ளிக்குப் போயிருந்தேன்” என்றதும் தங்கை அக்காவின் தோளில் தலைசாய்த்துத் தேம்பித் தேம்பி அழுதுகொண்டே, “அக்கா, உன்னையும் பாப்புவையும் நெனைச்சிகிட்டா என் வயித்துல நெருப்ப அள்ளிக் கொட்டின மாதிரி இருக்குது” என்றாள்.

இது என்ன நியாயம்? ஆண் என்ன செய்தாலும் அதற்குரிய தண்டனை பெண்ணுக்குத்தானா?

நாதிராவின் கண்ணீர் வற்றிப்போயிருந்தது. “நீ எதுக்கு வீணா வேதனைப்படறே? அதெல்லாம் அந்த எல்லாம் வல்ல அல்லா என் தலையிலே எழுதினது. தலையெழுத்த மாத்த முடியுமா?” என்று தங்கையைச் சமாதானப்படுத்தினாள்.

அன்று இரவு சாப்பிட்டு முடித்ததும் இருவரும் நாதிராவின் அறையில் கட்டிலில் படுத்திருந்தனர். அப்பா வயிற்றுவலி தாங்காமல் படுக்கையில் புரண்டுகொண்டிருப்பது தெளிவாகக் கேட்டது. இருவரும் பேசிக்கொண்டே படுத்திருந்தபோது தொலைவில் எங்கிருந்தோ பாட்டுக்குரல் கேட்டது. “அக்கா, தோணியில் கல்யாண ஊர்வலம் போகுது போலத் தெரியுது. வா ஆத்தங்கரைக்குப் போலாம்...” - ஜமீலா நாதிராவைக் கூப்பிட்டாள்.

இருவரும் எழுந்து ஆற்றங்கரைக்கு வந்து தாங்கள் சிறுவயதில் உட்கார்ந்துகொள்ளும் பாறையின் மீது உட்கார்ந்து தண்ணீரில் கால்களைத் தொங்கவிட்டனர். பௌர்ணமி இரவாயிருந்ததால் அலை அலையாகப் பொங்கி எழுந்த ஆற்றுநீர் பாறையின் அடிப்பகுதியை மூழ்கடித்தது. இரண்டு பேருடைய புடவைகளும் முழங்கால் வரை நீரில் நனைந்துகொண்டிருந்தன.

தெளிவில்லாமல் காதில் விழுந்துகொண்டிருந்த பாட்டு, தெளிவாகக் கேட்கத் தொடங்கியது. அதே பாட்டு, ராஜகுமாரி -

மந்திரி மகனின் காதல் கதை. நாதிராவுக்கு இந்தப் பாட்டுகளென்றால் மிகவும் விருப்பம். இரண்டு பேரும் சிறுமியராக இருந்தபோது ஃபாத்திமா இந்தப் பாட்டுகளைப் பாடிக் குழந்தைகளுக்கு அதில் வரும் கதைகளைச் சொல்லிக்கொண்டிருப்பார். ராஜகுமாரியின் காதல் ஏக்கப் பாட்டை ஃபாத்திமா நன்றாகப் பாடுவார். அப்பொழுதெல்லாம் அதைக் கேட்டு நாதிராவுக்கு அழுகை வந்துவிடும். பிறகு, ராஜகுமாரியும் மந்திரி மகனும் மீண்டும் சந்தித்து ஒன்று சேரும் பாட்டை அம்மாவைப் பாடவைத்துக் கேட்ட பிறகுதான் மனம் சமாதானம் அடையும்.

இப்போது பாட்டு மிகவும் தெளிவாகக் கேட்டது. தோணிகள் அருகிலேயே வந்துகொண்டிருந்தன. மூன்று தோணிகளில் ஆண்களும் ஒரு தோணியில் பெண்களும் நிறைந்திருந்தார்கள். ஒரு தோணியிலிருந்த ஆண்கள் கையால் தாளம் போட்டுக்கொண்டு ராஜகுமாரியும் மந்திரி மகனும் மீண்டும் சந்தித்து ஒன்றுசேரும் கட்டத்தை மிக இனிமையாகப் பாடிக்கொண்டிருந்தனர். தோணியிலிருந்த பெட்ரோமாக்ஸ் விளக்கின் ஒளிபட்டு ஆற்றுநீர் பளபளத்து நடனமாடியது. பாட்டைக் கேட்டு அக்கம் பக்கத்திலிருந்த வீடுகளில் இருந்தவர்களும் ஆற்றங்கரைக்கு வந்து இந்தத் திருமண ஊர்வலத்தைப் பார்க்கத் தொடங்கினார்கள்.

தோணிகள் மெதுவாக முன்னேறி வடக்குத் திசையில் புறப்பட்டுப் போயின. பாட்டுச் சத்தம் தெளிவற்றதாகி பிறகு நின்றே போய்விட்டது. ஆற்றங்கரைக்கு வந்தவர்களெல்லாம் தத்தம் வீடுகளுக்குத் திரும்பிச் சென்றனர். நாதிராவும் ஜமீலாவும் இன்னமும் அங்கேயே உட்கார்ந்திருந்தனர்.

ஜமீலா அக்காவின் அருகில் நகர்ந்து மெதுவாக, "அக்கா, அத்தான் எவ்வளவு நல்லவங்க இல்லியா... அவங்க இன்னும் வேற கல்யாணம் பண்ணிக்கலையாமே?"

நாதிராவின் மறுதிருமணம் குறித்து ஏதுமறியாத ஜமீலா கவலை தோய்ந்தவளாக இப்படிக் கேட்டதும், அதுவரை இதயத்தைக் கனக்கச் செய்திருந்த வேதனை, அடக்கி வைத்திருந்த துக்கம் எல்லாம் அந்தக் கணத்தில் நாதிராவின் சுயக்கட்டுப்பாட்டையும் மீறி மடை திறந்த வெள்ளமாகப் பாய்ந்து அழுகையாக வெளிவந்தது. தங்கையைத் தழுவிக்கொண்டு அவளது தோளில் முகத்தைப் புதைத்துக்கொண்டு மனம்விட்டு அழுதாள் நாதிரா.

அக்காவின் துக்கத்தில் தங்கையும் பங்காளியானாள். இதயமே நொறுங்கிப் போகும்படி இருவரும் ஒருவரை இன்னொருவர் தழுவிக்கொண்டு அழுதுகொண்டிருக்கும்போது சந்திரகிரி ஊமைப் பார்வையாளியாகத் தன் போக்கில் ஓடிக்கொண்டிருந்தாள்.

11

ஜமீலா தந்தையைப் பார்க்க வந்தவள் சில நாட்கள் தாய் வீட்டிலிருந்துவிட்டுப் புறப்பட்டுப் போனாள். இன்னும் சில நாட்கள் இருக்கும்படி ஃபாத்திமா கட்டாயப்படுத்தியதைக் கேட்ட நாதிரா, "ஏன், என்னை மாதிரியே அவளையும் பண்ணணுமா என்ன?" என்று கடுமையான குரலில் தாயைப் பார்த்துக் கேட்டாள்.

இப்போது, இரவு பகலாக ஃபாத்திமாவும் மஹமத்கானும் நாதிராவின் மனதை மாற்றப் படாத பாடுபட்டனர். "ஒரு ராத்திரி ஒருத்தனுக்குப் பெண்டாட்டி ஆவறதால கெட்டுப்போனவளாயிடப் போறதில்ல. குர்-ஆன் கிதாப்புல இருக்கிறதுதானே? அது தப்பாயிருந்தா திருமறையில அப்பிடிச் சொல்லியிருக்குமா? இதுவரைக்கும் யாரும் பண்ணாததா என்ன? அடிக்கடி இல்லேன்னாலும் எப்பவாவது ஒரு தடவை, எங்கேயாவது ஒரு எடத்துலெ முஸ்லீம் சமூகத்துல இந்த மாதிரி நடக்கிறது உண்டுதான்.

அது அபூர்வமாயிருந்தாலும் நடக்காதது, நடக்கக் கூடாததுன்னு ஒண்ணும் இல்ல. பொம்பளைங்க இதுக்கு ஒத்துக்காமல் போனதுனால மறுபடியும் சேத்துவைக்க முடியாமல் போன கல்யாணங்க நிறையவேயிருக்கு. புருஷன விட்டுவந்த பொண்ணா, இல்லேன்னா வயசானவனைக் கட்டிகிட்ட பொண்டாட்டியா பின்னால அவ படக்கூடாத பாடெல்லாம் பட வேண்டியதாயிடும். அப்படிப் படாத பாடெல்லாம் படறதவிட யாரோ ஒருத்தனுக்கு ஒரு ராத்திரிக்குப் பொண்டாட்டியா இருந்துட்டு, அப்புறம் என்னென்னைக்குமா புருஷன், கொழந்தைகளோட சொகமா இருக்கலாமில்ல? அல்லா கருணை வச்சா பின்னால வேற புள்ளைங்களையும் கொடுப்பான். தகப்பனுக்கும் ஒடம்பு சொகமில்ல; எந்த மருந்துலயும் அவருக்குக் குணமாகற மாதிரி தெரியல. அவருக்கு ஏதாவது ஆயிட்டா மகளுக்கு யாரு கதி? ஒருநாளு இல்லேன்னாலும் ஒரு நாளைக்குத் தாயும் சாக வேண்டியவதானே? அதுக்கு அப்புறம்? அதனால, நாதிரா எப்பிடியாவது பல்லைக்கடிச்சிட்டு ஒரு நாளைக்கு இந்தக் கசப்ப முழுங்கிக்கத்தான் வேணும். இப்படிச் செய்தாவது மறுபடியும் அவளையே கல்யாணம் பண்ணிக்கிறதுக்கு ரஷீத் தயாராயிருக்கிறான். ஆம்பளைக்குச் சம்மதம்னா சரி. பொம்பள எல்லாத்துக்கும் தயாராயிருக்கணும்!" - இது தாய் தந்தையின் புலம்பல், போதனை.

தாய்-தந்தையின் இந்தப் போதனைகளைக் கேட்டுக் கேட்டு நாதிராவுக்குத் தலையே வெடித்துவிடுவதுபோலாகிவிடும். தாயின்மீது எரிந்து விழுவாள். ஆனால், நோயினால் நொந்துபோய் எதுவும் செய்ய முடியாதவராகி, பரிதாபத்தோடு வேதனையில் தவித்துக்கொண்டிருந்த தந்தையோடு எதிர்வாதாடவோ எரிந்துவிழவோ அவளால் முடியவில்லை.

முன்புபோலவே, இப்போதும் அவள் பீடி சுற்றுவாள், சுற்றிய பீடியைக் கொண்டு போகவும் பணமும் பீடிஇலையும் வாங்கிக்கொண்டு வரவும் பக்கத்துவீட்டுப் பையனொருவன் வந்துபோவான். அவளின் தகப்பனால் இப்போது எதையும் செய்ய முடிவதில்லை.

அன்று இரவெல்லாம் பயங்கரமான இடி, மின்னல்களோடு கூடிய மழை. முதல் மழையின் முன் அறிகுறி. இந்த இடியோசைகளென்றாலே

சிறுவயதிலிருந்தே நாதிராவுக்குப் பயம். அப்போதெல்லாம் தாயைத் தழுவிக்கொண்டு படுத்துக் கொண்டுவிடுவாள். சற்றுப் பெரியவளானதும் திருமணமாகும்வரை தங்கையோடு படுத்துக்கொண்டு இடியோசையைக் கேட்டவுடனே தங்கையைக் கட்டிப்பிடித்துக்கொண்டு விடுவாள். அக்காவின் பயத்தைக் கண்டு தங்கை சிரிப்பாள். திருமணமான பிறகு அவள் ரஷீதின் நெஞ்சில் முகத்தைப் புதைத்துக்கொண்டு படுத்துக்கொள்வாள். அவன் கைகள் அவளைத் தழுவிக் கொண்டு தன் உடலோடு அவளை இறுகச் சேர்த்துக்கொள்ளும். அப்படிப்பட்ட ஒருநாள் காலையில் அவன் அவளிடம், "வருஷம் பூரா மழைக்காலமாயிருந்து, ராத்திரியெல்லாம் இடியும் மின்னலுமா இருந்தா எவ்வளவு நல்லாயிருக்கும்!" என்று சொன்னான்.

"எதுக்கு?"

ஒன்றும் புரியாமல் அவள் கேட்டாள்.

"நீயாவே எம்பக்கத்தில வந்து என் ஒடம்போடு சேர்ந்து படுத்துக்கிற பாரு, அதுக்காகத்தான்" என்று குறும்புத்தனத்தோடு புன்னகை தவழ அவன் சொன்னான்.

"தூ... கொஞ்சங்கூட வெக்கமேயில்ல..." - மாமிக்கு ஏதாவது கேட்டிருக்குமோ என்று எண்ணி அவள் முகம் சிவந்துபோய் அங்கிருந்து ஓடிவிட்டாள். திருமணமான புதிதில் மாமியாரின் முன்பு, கணவனோடு பேசுவதற்கே அவளுக்கு மிகவும் கூச்சமாக இருந்தது. விடிந்தபின் எழுந்து வெளிச்சத்தில் குளிப்பதற்கும்கூட அவளுக்கு மிகவும் கூச்சமாயிருந்தது. அதனால் மாமியார் எழுவதற்கு முன்பாகவே அவள் எழுந்து விடிவதற்குள் குளிர்ந்த நீரிலேயே குளித்துவிடுவாள். அப்படிக் குளித்ததனால் காய்ச்சல் வரவழைத்துக்கொண்ட ஒருநாள் மாமியாரே சொன்னார், "ஏன் இவ்வளவு வெக்கப்படறே? புருஷன் பொண்டாட்டினா இதெல்லாம் இருக்கிறதுதான். கல்யாணம் பண்ணிக்கிறதே அதுக்குதானே! காலையிலே எழுந்து இனிமே தண்ணிய காயவச்சி சுடுதண்ணியிலேயே குளி."

அதன்பிறகு மாமியாரே அவளுக்கு முன்பு எழுந்து தண்ணீர் அடுப்பைப் பற்றவைத்துவிடுவார். அப்போதெல்லாம் அவர் எவ்வளவு நல்லவராக இருந்தார்!

உறக்கமில்லாமல் புரண்டுகொண்டிருந்ததனால் நாதிராவின் உடலெங்கும் வலியெடுக்கத் தொடங்கிற்று. இடியோசை கேட்டதும், தலையணையில் முகம் புதைத்து கைகளால் காதைப் பொத்திக் கொண்டு படுத்துக் கிடந்தாள். 'இந்த எண்ணங்களிலிருந்தும் வேதனையிலிருந்தும் எனக்கு என்றும் மீட்பே இல்லையா?'

மறுநாள் காலை, தந்தை மீண்டுமொருமுறை நாதிராவை அழைத்து அறிவுரை கூறத் தொடங்கினார்: "பாரும்மா, மறுபடியும் மழைக்காலம் தொடங்கிடுச்சு. இந்த மழைக்காலம் முடியறவரைக்கும் நானு இருப்பேனோ இல்லையோ? உனக்கு ஒரு ஏற்பாடு ஆயிடிச்சின்னா நான் கொஞ்சம் நிம்மதியா கண்ண மூடுவேன் கொழந்தே!"

கேட்டுக் கேட்டு அலுத்துப்போன, தலையே வெடித்துப் போகும்படியான அதே புராணம்.

'ஒருவனை ஒரு இரவுக்காக மணந்துகொள்ள வேண்டும். மூன்று மாதங்கள் கழிந்த பின்னால் ரஷீதை மீண்டும் மணந்துகொள்ள வேண்டும். இல்லையென்றால் நீ புதுவீட்டுச் சலீமையாவது மணந்துகொள். எப்படியோ நீ ஏதாவதொரு முடிவுக்கு வந்தேயாக வேண்டும்.'

ஒடுங்கிப்போன கன்னங்கள், குழி விழுந்த கண்கள், வெளிறிப்போன குறுந்தாடி-மீசையோடு இப்பொழுதோ இன்னும் சற்று நேரத்திலோ எந்த நேரத்திலும் இறந்து போகலாம் என்றிருந்த தந்தை வினயமாக இவ்வாறு கூறியதும் கண்ணீர் கரைபுரண்டது. அவள் அங்கே நிற்காமல் மெதுவாக வந்து தாழ்வாரத்தில் உட்கார்ந்துகொண்டு பீடித்தட்டை மடிமீது எடுத்து வைத்துக்கொண்டாள். வினயமே உருவெடுத்தாற்போல குழைந்து, எதுவும் செய்ய முடியாதவராகத் தன்னைத் தன் தந்தை வேண்டிக்கொண்ட காட்சி அவள் கண்களிலிருந்து மறையாமலிருந்தது.

இரவு மழைக்குப் பலாமரம் தடாரென்று முறிந்துவிழுந்தது. ஆடும் ஆட்டுக்குட்டிகளும் மாடுகளும் கன்றுகளும் அதைச் சுற்றி சேர்ந்து இலைகளைத் தின்றுகொண்டிருந்தன. பசுக்கள் விழுந்துகிடக்கும் இலைகளைப் பார்த்ததும் கட்டி வைக்கப்பட்டிருந்த இடத்திலிருந்தே கத்தத் தொடங்கின. அவற்றின் பரிதாபமான கதறலைக் கேட்டுக்கொண்டிருக்க முடியாமல் நாதிரா எழுந்து

போய் அவற்றுக்கும் கொஞ்சம் இலைகளைக்கொண்டு வந்து போட்டாள். தாய், இரவு பலாமரத்திலிருந்து விழுந்துகிடந்த காயை எடுத்துவந்து கறிசமைக்க அரிந்துகொண்டிருந்தார்.

நாதிரா மீண்டும் வந்து தாழ்வாரத்தில் உட்கார்ந்தாள். இப்போது அவளது மன ஆழத்தில் ஊசலாட்டம் தொடங்கியது. அப்பா சொல்வதும் உண்மைதான். அப்பாவுக்குப் பிறகு நம் வீட்டில் ஆண் துணை என்று யார் இருக்கிறார்? நாம் என்னவோ பீடிசுற்றிப் பிழைத்துக்கொள்ளலாம். ஆனால், வீட்டுக்கொரு ஆண் துணை வேண்டுமல்லவா? நாம் வயசுப்பெண், அம்மாவோ உலகத்தைப் பற்றி ஒன்றும் தெரியாத பட்டிக்காட்டுப் பெண். இனிமேல் எப்படி நாளைத் தள்ளுவது? அப்பா சொல்லிய இந்த இரண்டு வழிகளில் நாம் ஏதாவது ஒன்றைத் தேர்ந்தெடுத்தே ஆகவேண்டும். இருந்தாலும் முதல் வழியைக் காட்டிலும் இரண்டாவது பரவாயில்லை. ஊஹூம்... அதுவும் முடியாது. நம் அப்பா வயது இருக்கின்ற அந்தச் சலீமை நினைத்தாலே வாந்தி வருவதைப்போல இருக்கிறது. இந்தத் தொல்லை தாங்க முடியாமல் உயிரையே விட்டுவிடலாம்போல் இருக்கின்றது.'

வாசலில் காலடியோசை கேட்டு தலை நிமிர்ந்து பார்த்தாள் நாதிரா. பார்த்ததும் அவளுக்குத் தன்னைத்தானே நம்ப முடியவில்லை. ரஷீதின் தாய் ஆமினா பாப்புவை இடுப்பில் வைத்துக்கொண்டு அவள் எதிரில் நின்றிருந்தார். பாப்பு அடையாளம் தெரியாத அளவுக்கு மாறிப்போயிருந்தான். சுமார் ஒரு வருடத்துக்கு முன்பு 'நாலுகாலில்' தவழ்ந்துகொண்டிருந்தவன் இப்போது ஓடியாடும் சின்னஞ்சிறு பையனாகியிருந்தான்.

நாதிரா பீடித்தட்டைத் தன்னையறியாமல் கீழே வைத்தாள்; அவள் பார்வை பாப்புவின்மீது நிலைத்திருந்தது. மனதின் அடியாழத்தில் எங்கோ நூற்றுக்கணக்கான 'நகரா'க்களின் பம்பம் முழக்கம் ஒரே நேரத்தில் முழங்கியதைப் போன்றிருந்தது. எழுந்து மாமியாரின் அருகில் வந்து குழந்தையை நோக்கி கையை நீட்டினாள்.

"வா பாப்பூ" கண்களில் கண்ணீர் சிந்தினாலும் உதடுகள் மலர்ந்து புன்னகையை உதிர்த்தன. ஆனால், மகன் தாயை மறந்துவிட்டிருந்தான். ஒரு வருடத்திற்கு முன்பு கண்ட முகம். ஒன்பது மாதக் கைக்குழந்தையாக இருந்தபோது கண்ட அந்த

முகத்தை இப்போது நினைவில் வைத்திருக்க முடியுமா? அவன் பாட்டியை வலுவாகத் தழுவிக்கொண்டு முகத்தைப் பக்கவாட்டில் சாய்த்துக்கொண்டான்.

நிறைவேறாத ஆசையில் அவளது கைகள் தானாகவே கீழிறங்கின. இதயம் வேதனையில் துடித்தது. ஒரு நொடியில் சமாளித்துக்கொண்டு, "வாங்க" என்று மாமியாரை உள்ளே அழைத்தாள். 'வாங்க மாமி' என்று அழைக்க அவளது நாக்கு ஒத்துழைக்கவில்லை.

"யாரோ ஒருத்தனுக்கு ஒரு ராத்திரிக்குப் பொண்டாட்டியா இருந்துட்டு, அப்புறம் என்னென்னைக்குமா புருஷன், கொழந்தைகளோட சொகமா இருக்கலாமில்ல?"

முன்பொரு முறை அவர்கள் வந்தபோது நடந்ததையெல்லாம் ஃபாத்திமா மறந்துவிட்டார். உற்சாகமாக ஓடியாடி, வந்தவர்களுக்குத் தேநீர் தயாரித்தார். பேரனை எடுத்துக்கொள்ள முயற்சி செய்தார். ஆனால், அவன் பாட்டியை வலுவாகத் தழுவிக்கொண்டுவிட்டான்.

கடைசியில், நாதிரா அவன் அழ அழ வலுக்கட்டாயமாக அவனை எடுத்துக்கொண்டு, தன் தந்தையின் அருகில் சென்றாள். பேரனைப் பார்த்ததும் பாட்டனுக்கு முகம் ஒருமுறை மகிழ்ச்சியினால் மலர்ந்து போனது. பேரனை எடுத்து வைத்துக்கொள்ள அவர் கட்டிலில் தான் உட்கார்ந்த இடத்திலிருந்தே கை நீட்டினார். குழந்தை அழுவதை மறந்து பாட்டனின் முகத்தையே மலங்க மலங்கப் பார்த்தான்.

சற்று நேரம் அங்கிருந்துவிட்டு நாதிரா குழந்தையை எடுத்துக்கொண்டு ஆற்றங்கரையெங்கும் சுற்றிவந்தாள். அவனும் அழுவதை மறந்து ஆற்றையே பார்த்துக்கொண்டிருந்தான். நதியில் போய்க்கொண்டிருந்த தோணிகளை மகனுக்குக் காட்டினாள். கரையோரமாகக் கூட்டங்கூட்டமாக வந்த சிறுசிறு மீன்களைக் காட்டினாள். மாமரத்தடியில் இரவு காற்றுக்கு விழுந்திருந்த ஒரு பழத்தை எடுத்துக் குழந்தையின் கையில் கொடுத்தாள். மகனின் நெற்றி, கன்னங்களில் முத்தமிட்டுக் குழந்தையை ஆரத் தழுவி அணைத்துக்கொண்டு, கொஞ்சி மகிழ்ந்தாள்.

"நாதிரா..." - தாயின் அழைப்பைக் கேட்டுத் திடுக்குற்றாள் நாதிரா. வானத்தில் பறவையைப் போல பறந்துகொண்டிருந்தவளுக்கு, முகில்களைப் போல் மிதந்துகொண்டிருந்தவளுக்குத் திடீரென்று பூமியில் வந்து விழுந்ததைப் போலாயிற்று. முகம் வாடிப்போயிற்று. அவள் மெதுவாக அடியெடுத்து வைத்து வீட்டுக்குள் போனாள். அதுவரை அழுகையை நிறுத்தியிருந்த குழந்தை, பாட்டியைப் பார்த்ததும் அழத்தொடங்கினான். தாயின் கையிலிருந்து நழுவிப் பாட்டியின் அருகே ஓடினான்.

"பாருங்க உம்மா, எவ்வளவு சொன்னாலும் இவ இந்த ரெண்டாவது கல்யாணத்துக்கு ஏத்துக்க மாட்டேன்றா. ஒரு ராத்திரிக்கான கல்யாணம் இல்லாம இவங்க புருஷன்-பொண்டாட்டி ஒண்ணா சேர்றது முடியவே முடியாதே? திருமறையில சொன்னத மீறிப் போக முடியுமா? அவளுக்கு நீங்களே கொஞ்சம் புத்தி சொல்லுங்க..." - ஃபாத்திமா சம்பந்தியிடம் சொல்லிக்கொண்டிருந்தார்.

"திருமறைய எப்பிடி மீறிப் போக முடியும்? அது என்ன மௌல்வி சாஹிபுதானே சொன்னதா? குர்-ஆன்ல அப்படியிருக்குதுன்னா அதும்படி நடந்துதானே ஆகணும்? ஒரு ராத்திரிக்குதானே? எப்படியாவது இத ஏத்துக்கம்மா. ரஷீதுக்கு ஒண்ணும் தடையில்ல. அப்புறம் உங்க புருஷன் பொண்டாட்டிய யாரும் பிரிக்கவே முடியாது" - தாய் தந்தையுடன் மாமியாரும் சேர்ந்துகொண்டார்.

என்னவோ, இன்றைக்கு முன்புபோல ஒரேயடியாக 'முடியவே முடியாது' என்று சொல்லிவிட நாதிராவால் முடியவில்லை; நாக்கே புரளவில்லை. அவள் தலைதாழ்த்தி உட்கார்ந்துவிட்டாள்.

"பாரும்மா, இந்தக் கொழந்தைக்காகவாவது யோசனை பண்ணிப் பாரு" என்று சொல்லிக்கொண்டே ஆமினா எழுந்து குழந்தையை எடுத்து இடுப்பில் வைத்துக்கொண்டதும் நாதிராவுக்குக் குடலே புரண்டு வாய்க்கு வந்துவிட்டதைப் போலிருந்தது.

12

“இவன கொஞ்ச நாளைக்கு இங்கேயே உட்டுட்டுப் போகக் கூடாதா? நாலு நாளைக்கு வச்சிட்டிருந்துட்டு அனுப்பி வைக்கிறேன்” என்று மிகவும் கெஞ்சிக் கேட்டாள் நாதிரா.

“இல்லம்மா, ரஷீத் ஆத்துக்கு அந்தப் புறம் நின்னுட்டிருக்கிறான். கொழந்தைய கூடவே கூட்டிட்டு வந்துடணும்னு உத்தரவு போட்டுட்டானே” என்று அவர் ஏதும் செய்ய முடியாதவராகச் சொன்னார்.

‘ரஷீத் ஆற்றுக்கு அப்புறம் இருந்தானா? தன்னைப் பார்த்தானா? தான் குழந்தையைக் கொஞ்சுகின்ற உற்சாகத்தில் ஆற்றின் மறுகரையைப் பார்க்கவேயில்லை. ‘தலாக்’ சொல்லிவிட்ட பிறகு ஒருவருக்கு இன்னொருவர் பார்க்கக் கூடாது அல்லவா? அவன் அங்கே இருந்தது தனக்குத் தெரிந்திருந்தால் தான் ஆற்றங்கரைக்குப் போயிருக்கவே மாட்டோமே! தான் என்னவோ பார்க்கவில்லை. அதனால்

எந்தத் தவறும் நேரவில்லை' என்று நாதிரா தன்னைத்தானே சாமாதானப்படுத்திக் கொண்டாள்.

மகனை இன்னொரு முறை எடுத்துக்கொள்ள கைநீட்டினாள் நாதிரா. இப்போது குழந்தை பாட்டியைத் தழுவிக்கொண்டு முகத்தைத் திருப்பிக்கொள்ளவில்லை. நாதிராவின் முகத்தையே மலங்க மலங்கப் பார்த்து மெதுவாகத் தாயின் பக்கம் கையை நீட்டினான். ரத்தபாசம் அவ்வளவு விரைவில் விட்டுப் போய்விடுமா? மூன்று முறை 'தலாக்' என்று சொல்லி 'தூ' என்று துப்பிவிட்டால் என்றென்றைக்குமாகத் தொடர்பு அறுந்து போய்விடுவதற்கு அது ஒன்றும் நிக்ஹா இல்லையே? இங்கு கட்டிப் போட்டிருப்பது ரத்தப் பிணைப்பு!

நாதிரா குழந்தையை எடுத்துக்கொண்டு மீண்டுமொரு முறை முத்தமிட்டாள். குழந்தை தாயின் முகத்தைக் கூர்ந்து பார்த்துக்கொண்டிருந்தான். அவன் முகத்திலும் புன்னகை மலரத் தொடங்கியது. மெதுவாகத் தன் கையால் தாயின் கன்னங்களை வருடினான். ஒன்பது மாதங்கள் தன்னை வயிற்றில் சுமந்திருந்து, ஒன்பது மாதங்கள் தனக்குப் பாலூட்டிய பெண் இவளாக இருக்குமோ என்று நினைத்துப் பார்த்தானோ என்னவோ!

"குடும்மா அவன, ரஷீத் அங்க காத்துக்கிட்டிருப்பான்" என்று மாமியார் இப்படிச் சொல்லிக் குழந்தைக்காகக் கையை நீட்டியதும் அவள் தன் இதயத்தையே அறுத்துக் கொடுப்பதைப் போல, குழந்தையை அத்தையின் கையில் கொடுத்தாள். பெருமூச்சு விட்டு கண்ணைத் துடைத்துக்கொண்டாள்.

''என்ன பண்றதுன்னு யோசனை பண்ணி சீக்கிரமா ஒரு முடிவுக்கு வா" என்று கூறிக்கொண்டே மாமியார் குழந்தையை எடுத்துக்கொண்டு புறப்பட்டார். கூடவே வந்திருந்த பையனும் பின்தொடர்ந்தான்.

அன்று இரவு கடைசி நமாஜ் முடிந்தபிறகு அவள் தன் முடிவைத் தன் தாய்க்குத் தெரியப்படுத்தினாள். தாய் தந்தையிடம் தெரிவித்தார். தாய்-தந்தையரின் இதயங்களிலிருந்து பெரியதொரு சுமை இறங்கியது போலாயிற்று. இருவரும் நிம்மதிப் பெருமூச்சு விட்டனர். ஆனால், அந்தச் சுமை நாதிராவின் இதயத்தில் பாறையைப் போல உட்கார்ந்துகொண்டது. ஃபாத்திமாவின்

இதயத்திலும் எங்கோ ஒரு மூலையில் சிறியதொரு வேதனை, அவ்வளவுதான்.

மஹமத்கானுக்கு இப்போது வீட்டைவிட்டு வெளியே எங்கும் போவதற்கு இயலாமலிருந்தது. அதனால் அவர் தன் நண்பன் காதர் சாயபுவை வரவழைத்து மகளின் இந்தத் திருமணப் பொறுப்பை அவரிடம் ஒப்படைத்தார்.

தென்னை மரங்களிலிருந்து காய் பறிக்கும் அலி எனும் ஐம்பது வயதுக்காரர் ஒருவர் பாகோடு கிராமத்திலிருந்தார். ஒருமுறை பக்கத்து கிராமம் ஒன்றில் இப்படிப்பட்ட ஒருநாள் திருமணம் நடக்க வேண்டியிருந்தபோது அந்த வீட்டார் இவனை அழைத்துக்கொண்டுபோய், அவரை இந்த ஓர் இரவு மணமகனாக ஏற்பாடு செய்தனர். இந்தச் செய்தியை காதர் சாயபுவும் கேள்விப்பட்டிருந்தார். இந்த ஒருநாள் திருமணம் மிகவும் அபூர்வமானதாக இருந்ததால், எப்போதாவது ஒருமுறை இந்தத் திருமணம் நடக்கும்போது ஊருக்கெல்லாம் தெரிந்துபோய்விடும்.

மறுநாள் காதர் சாயபு கிளியூரிலிருந்து பாகோடு கிராமத்துக்கு வந்து அலியைச் சந்தித்தார். அவருக்கு எல்லாவற்றையும் தெரியப்படுத்தி வருகிற வியாழக்கிழமை இரவு கிளியூரின் மஹமத்கான் வீட்டுக்கு வரவேண்டுமென்று சொன்னார். புதியதாக உடைகள் வாங்கிக்கொள்ள அவர் கையில் கொஞ்சம் பணத்தையும் கொடுத்தார். அவர் மகிழ்ச்சியில் தலையாட்டினார். ஓர் இரவுக்கே என்றாலும் ஒரு பெண்ணை மணந்துகொள்ள அவர் தயாராக இருந்தார்.

'இவனை மணந்துகொள்ளச் சம்மதமா' என்று நாதிராவைக் கேட்க வேண்டிய தேவையேயில்லை. ஏனென்றால், ஒரு நாளைக்கு அவள் எல்லாவற்றையும் பொறுத்துக்கொள்ளத்தான் வேண்டும். வேறு வழியே இல்லை. எல்லாப் பிரச்னைகளையும் எதிர்கொள்ள வேண்டியவள்; சமாளிக்க வேண்டியவள் பெண். ஆண்கள் யாரும் இத்தகைய பிரச்னைகளை எதிர்கொள்ள வேண்டியதில்லை. தங்களுக்கு விருப்பமானபோது 'தலாக்' என்று மூன்று முறை, சொல்லிவிட்டால் அவர்கள் பொறுப்பு முடிந்துவிட்டது. எல்லாக் கட்டுகளும் தொடர்புகளும் அறுந்துபோய்விடும். 'தலாக்' எதற்காகச் சொல்லப்பட்டது என்று யாருக்கும் காரணம் கூற வேண்டியதில்லை. அந்தப் பெண்ணுக்கு ஜீவனாம்சமும்கூடக்

கொடுக்க வேண்டியதில்லை. மஹரைத் தவிர அவளுக்கு எந்த வகையான பரிகாரமும் கொடுக்க வேண்டியதில்லை, அவன் மறுபடியும் அவளை மணந்துகொள்ள விரும்பினால் அப்போது அவள் மட்டுமே மற்றொருவனை மணந்து அந்தக் கணவனிடமிருந்து 'தலாக்' பெற்று வரவேண்டுமேயொழிய, அந்த முதல் கணவன் இன்னொருத்தியை மணந்து, அந்த மனைவிக்கு 'தலாக்' கொடுத்துவிட்டு வரவேண்டுமென்ற நியமம் இல்லை. கணவனிடம் எவ்வளவுதான் அவமானப்பட்டிருந்தாலும் பெண் எல்லாவற்றையும் பொறுத்துக்கொள்வாள். அவளுக்கு உணவு, உடை, இருக்க இடம் கொடுப்பவனே அவன்தானே?

நாதிரா தன் முடிவை என்னவோ தாய் தந்தையரிடம் சொல்லிவிட்டாள். ஆனால், இதயம் மட்டும் கொந்தளிக்கும் கடலாக இருந்தது. அவளது இதயத்தின் குமுறல், கொந்தளிப்பு யாருக்குமே புரியவில்லை. வேதனை நிறைந்த இரவுகளைப் படுக்கையில் புரண்டு நெளிந்து கழித்துக்கொண்டிருந்தாள். ஆற்றங்கரையின் குளிர்ந்த காற்றும் அவளுக்குப் பாலைவனத்தின் 'அனல் காற்றாகத்' தெரிந்தது. தான் மூச்சுத்திணறிச் செத்துக் கொண்டிருப்பதாகச் சில வேளைகளில் கனவு கண்டு நடுங்கினாள்.

கடைசியாக அந்த நாளும் வந்தேவிட்டது. 'யா அல்லா, இன்று விடியாமலே இருக்கட்டும்' என்று அவள் வேண்டிக் கொண்டாலும் அந்தக் காலைப்பொழுது விடிந்தே தீர்ந்தது. ஃபாத்திமாவும்கூடப் பாரமான இதயத்தைச் சுமந்துகொண்டே நடமாடிக்கொண்டிருந்தார். இருந்தவர்களில் மஹமத்கான் மட்டும் கலகலவென்றிருந்தார். எப்படியோ கடைசியில் தன் மகள் அவள் கணவனோடு சேரும்படியாயிற்றே என்பது அவரது நிம்மதிக்குக் காரணம்.

இதற்கிடையில் நாதிரா தன் தாயாரிடம் ஒரு விஷயத்தைக் கேட்டாள், "உம்மா இந்தக் கலியாணத்தினாலேயே எனக்குக் கொழந்தையாயிட்டா என்ன பண்றது?" - ஃபாத்திமா அதிர்ந்துபோனார். ஆமாம், தான் இதுவரை இதைப் பற்றி எண்ணிப் பார்க்கவே இல்லை. அப்படி ஏதாவது நடந்துவிட்டால் என்ன செய்வது?

அவள் கணவனிடம் சென்று பதற்றமான குரலில், "என்னங்க, நாதிராவுக்கு இப்போ ஒரு சந்தேகம். இந்தக் கலியாணத்துனால

தான் ஏதாவது கர்ப்பமாயிட்டா என்ன பண்றதுன்னு கேக்கறாளே?” என்றார்.

ஒருகணம் மஹமத்கானும்கூடப் பேச்சிழந்து போனார். இதுவரை யாரும் இப்படி ஆகிவிட்டால் என்று எண்ணிப் பார்த்ததில்லை. நொடியில் தன்னைச் சமாளித்துக்கொண்டு, “சும்மா எதையாவது ஒண்ண யோசன பண்ணி மூளைய கொழப்பிக்காதே. ஒரே நாள்ல அப்படியெல்லாம் ஆயிடாது. அப்படியே ஆயிட்டாலும் என்ன பண்றதுன்னு மௌல்விகளையே கேக்கலாம்” என்று அவர் மனைவியைச் சமாதானப்படுத்தினார். மகள் இந்தப் பேச்சையும் கேட்டுக் கொண்டிருந்தாள்.

அவள் தன் இதயத்தையே அறுத்துக் கொடுப்பதைப் போல, குழந்தையை அத்தையின் கையில் கொடுத்தாள்.

மஹமத்கான் ஃபாத்திமாவை என்னவோ சமாதானப் படுத்திவிட்டார். ஆனால், அவர் மனதிலிருந்து அவ்வளவு விரைவாக இந்தப் பிரச்னையைத் துடைத்தெறிய முடியவில்லை. இப்படி ஏதாவது நடந்துவிட்டால் நாதிரா என்ன செய்வாள்? அவளது எதிர்காலம் எப்படியிருக்கும்? கணவனையும் குழந்தையையும் எப்படியாவது மீண்டும் அடைந்துவிட்டால் போதுமென்ற ஆசையினால்தானே அவள் இந்த ஏற்பாட்டுக்கே சம்மதித்தாள். இப்போது என்ன செய்வது? அவர் சிந்தித்துச் சிந்தித்துக் குழம்பிப் போனார். அப்படியே வயிற்றுவலியும் தொடங்கி, அந்த வேதனையையும் தாங்க முடியாமல் தவித்துப் படுத்திருந்தபோது, காதர் சாயபு இரவு ஏற்பாடு குறித்து அவரோடு பேச வந்தார்.

நண்பனைக் கண்டதும் அவருக்குப் புதையல் கிடைத்தது போலாயிற்று. தன் மனைவியும் மகளும் கிளப்பிய அந்தச் சந்தேகத்தை அவர் நண்பனிடம் தெரிவித்தார்.

கடைசியாக அவர் காதர் சாயுபுவிடம், “பாரு காதர், நீ இப்பவே மணிப்புரம் போய் அங்க பெரிய மசூதியில் பெரிய மௌல்வி சாஹிப பார்த்து அவருக்கு இந்த விஷயத்தைத் தெரியப்படுத்தறயா? இந்த விஷயத்துல அவர் என்ன சொல்றார்னு

இன்னைக்கே கேட்டுட்டு வந்துடறியா? என் ஒடம்பு நிலைமை நல்லாயிருந்திருந்தா நானே போய் கேட்டுட்டு வந்துடுவேன்" - கெஞ்சுவதைப்போல நண்பனிடம் இப்படிக் கேட்டதும், காதர் சாயபுவினால் மறுக்க முடியவில்லை. அதுவுமல்லாமல் இந்த மாதிரிப் பிரச்னைகளுக்குப் பரிகாரம் என்னவென்று தெரிந்துகொள்ள அவருக்கும் ஆர்வம்தான்.

காதர் சாயபு உடனே தன் வீட்டுக்குச் சென்று உடை மாற்றிக் கொண்டு, குடையை எடுத்துக்கொண்டு மணிப்புரம் புறப்பட்டார்.

13

மணிப்புரம் பெரிய மசூதியை அவர் அடையும்போது பெரிய மௌல்வி நடுப்பகலின் நமாஸ் முடித்து குர்-ஆன் படித்தவாறு உட்கார்ந்திருந்தார். காதர் அங்கேயே ‘அல்லி’யில் (தடாகத்தில்) கைகால்களைக் கழுவிக்கொண்டு மசூதியின் உள்ளே வந்து நமாஸ் செய்தார். மௌல்வி குர்-ஆன் ஓதி முடிந்த பிறகு, அவர் அருகில் சென்று அவருக்கு ‘சலாம்’ இட்டார். மௌல்வி ‘சலாமை’ திரும்பச் செலுத்திவிட்டுக் காதர் வந்த காரணத்தைக் கேட்டார்.

காதர் சாயபு, நாதிராவின் தலாக் பற்றியும் இந்த ஒருநாள் திருமணம் பற்றியும் அவருக்குத் தெரியப்படுத்தினார். பிறகு, “பாருங்க மௌல்விசாஹிப், இப்போ அந்தப் பொண்ணுக்கு ஒரு சந்தேகம், இதனால தனக்குக் கொழந்தையாயிடிச்சின்னா என்ன பண்றதுன்னு? நீங்க தயவுசெஞ்சி இந்தப் பிரச்னைக்கு ஒரு பரிகாரம் சொல்லணும்” என்று மிகவும் வினயமாக மௌல்வியை வேண்டிக்கொண்டார்.

மௌல்வி சற்றுநேரம் ஒன்றுமே பேசவில்லை. அவரின் நெஞ்சு ஏறி இறங்குவதிலிருந்தும் அவர் விரைந்துவிட்ட அனல் மூச்சுக்காற்றிலிருந்தும் அவருக்குக் கோபம் ஏற்பட்டுள்ளது என்பதை, காதர் சாயபு உணர்ந்துகொண்டார். மௌல்வியின் கண்கள் நட்சத்திரங்களைப் போல ஒளியுமிழத் தொடங்கின. அவர் ஒருமுறை தம்முடைய நரைத்த தாடியை நீவிக்கொண்டே, ”உங்களுக்கு, ஜனங்களுக்குப் புத்தியேயில்ல. குர் ஆனைச் சரியா புரிஞ்சிக்கிறதில்ல. மூணுமுறை ‘தலாக்’ சொல்றதோட அர்த்தம் ஒரே நேரத்துல சொல்லிடணுன்றதில்ல... மூணு மாசத்துல தனித்தனியா சொல்லணும். மூணுமுறை ‘தலாக்’ சொல்றதுன்னா அது குர்-ஆன் நமக்குக் கொடுத்திருக்கிற மூணு சந்தர்ப்பம். இந்த மூணாவது வாய்ப்பை நாம பயன்படுத்தும்போது நாம நல்லா யோசனை பண்ணணும். இனிமே எப்போதுமே இந்த மனைவி நமக்கு வேண்டாம்ன்ற முடிவான தீர்மானத்தோடதான் நாம இந்த மூணாவது சந்தர்ப்பத்தைப் பயன்படுத்திக்கணும். ரெண்டு சந்தர்ப்பங்களைப் பயன்படுத்தியிருந்தாலும்கூட எந்தத் தொல்லையும் இல்லாம, கணவன் மனைவி திரும்பவும் சேர்ந்து வாழலாம். ஆனா, இந்த மூணாவது வாய்ப்பும் முடிஞ்சி மறுபடியும் ஒருத்தனுக்கு அதே மனைவி வேணும்னு வரும்போது அவள் இன்னொருத்தனைத் திருமணம் பண்ணிக்கிட்டு, அந்தக் கணவன் மனைவி நல்லபடியா வாழ முடியாம, அவனைவிட்டு வந்தவளாயிருக்கணும். முதல் கணவனையே திருமணம் பண்ணிக்கிறதுக்காக ஒருத்தன ஓர் இரவுக்குத் திருமணம் பண்ணிக்கணும்னு குர்-ஆன்ல எங்கேயும் சொல்லலே. இதெல்லாம் இந்த முட்டாள் ஆணுங்க தங்களோட வசதிக்காக ஏற்படுத்திக்கிட்ட தந்திரங்க. இருந்தாலும், ஒரே நேரத்துலே ‘தலாக்’னு மூணுமுறை சொல்லிவிட்டாலும் அந்தப் பந்தம் அறுந்து போன மாதிரிதான். அவங்க மறுபடியும் ஒண்ணாகணும்னா அந்தப் பொண்ணு இன்னொருத்தனைத் திருமணம் செய்யணும். இந்தத் திருமணத்தில கொழந்தை பொறந்தா அந்தக் கொழந்தைக்கு இந்தக் கணவனே சொந்தக்காரன், பொறுப்பானவன். அதனால கொழந்தை பொறக்கிற வரைக்கும் இந்தப் பொண்ணு தன்னோட முதல் கணவனைத் திருமணம் பண்ணிக்கவே முடியாது. இப்படி குர்-ஆன் சொல்றது ஒண்ணுன்னா நீங்க பண்றது வேறொண்ணு” என்று சொல்லிவிட்டு மௌல்வி எழுந்து கோபத்தோடு தம் அறையை நோக்கி நடந்து போனார்.

காதர் சாயபு கிளியூருக்கு வந்து எல்லாவற்றையும் மஹமத்கானுக்கு விளக்கிவிட்டுத் தன் வீட்டுக்குப் புறப்பட்டார். தாங்களெல்லாம் சேர்ந்து ஒரு பெண்ணுக்குப் பெரிய அநீதியை இழைக்கிறோமோ என்ற ஓர் எண்ணம் அப்போது அவர் மனத்தின் ஒரு மூலையில் குறுகுறுத்தது.

மாலை நேரம் நெருங்க நெருங்க நாதிரா இருந்த இடத்தில் இருக்க முடியாமல் தவித்தாள். நின்ற இடத்தில் நிற்க முடியவில்லை. ஏதோ தவிப்பு; என்னவோ படபடப்பு. தான் எப்போதோ இறந்திருந்தால் எவ்வளவு நன்றாக இருந்திருக்கும்! பாப்புவைப் பெற்றெடுக்க, மிகவும் சிரமப்பட வேண்டியிருந்தது. ஆனால், அப்போது நான் சாகவில்லை; அப்போது பிழைத்து, இப்போது நாள்தோறும் செத்துக்கொண்டிருக்கிறேன். இந்த நாள் கழிந்துவிட்டால் தான் பிழைத்துக்கொண்ட மாதிரிதான். ஆனால், இந்த ஓர் இரவு சுகமாகக் கழியுமா?

இரவு கடைசி நமாஸுக்குப் பிறகு அலி மணமகனாக வந்தார். காதர் சாயபு அவரைத் தோணித்துறையில் சந்தித்தார். அங்கிருந்து இருவரும் மசூதிக்குப் போய் நமாஸ் முடித்துக்கொண்டு மௌல்வியையும் இன்னும் இரண்டு பேரையும் அழைத்துக்கொண்டு மஹமத்கானின் வீட்டுக்கு வந்தார்கள். நாதிரா தன் அறையில் படுத்திருந்ததால் வந்தவர்களைப் பார்க்கவில்லை.

மௌல்வி அறையின் கதவருகில் நின்று அந்த 'நிகாஹ்'வுக்கு நாதிராவின் ஒப்புதலைக் கேட்டார். 'ஊம்' என்ற ஒலி அவள் தொண்டையிலிருந்து வெளிவரவே இல்லை. மௌல்வி இன்னொருமுறை கேட்டதும் பக்கத்திலேயே இருந்த ஃபாத்திமா மகளின் தோளைத் தொட்டுச் சமாதானப்படுத்தி, "ஊம்ன்னு சொல்லும்மா" என்றார் கனிவாக. நாதிரா மிகவும் பாடுபட்டு 'ஊம்' என்றாள். ஒப்புதல் கிடைத்துவிட்டது. மௌல்வி வெளியறை நோக்கி நடந்தார்.

நிகாஹ் சொல்வது நாதிராவின் காதில் விழுந்துகொண்டிருந்தது. ஒவ்வொரு சொல்லும் தன்னையே கோடரியால் ஒவ்வொரு வெட்டாக வெட்டிப் பிளப்பதைப் போல அவள் உணர்ந்தாள். உதட்டைக் கடித்து அவள் அழுகையைத் தடுத்துக்கொண்டாள். காலச்சக்கரத்தைப் பிடித்து நிறுத்த முடியுமானால்..? எந்தக் குற்றமும் செய்யாத தனக்கு இத்தகைய தண்டனையை

விதித்துவிட்டார்களே அப்பாவும் கணவனும் மௌல்வியும்! யாரை எதற்காக நொந்துகொள்ள வேண்டும்? எல்லாம் தன் தலையெழுத்துப்படி நடக்கிறது. திருமறையை யாரும் மீறமுடியாதே!

நிகாஹ் முடிந்தது. ஆண்களெல்லாரும் வெளியறையிலேயே அமர்ந்து விருந்துண்ணத் தொடங்கினர். பக்கத்து வீட்டுப் பெண்ணொருத்தி ஃபாத்திமாவுக்குச் சமைப்பதற்கும் பரிமாறுவதற்கும் உதவி செய்துகொண்டிருந்தாள். பரிமாறுவதற்கு வேண்டிய உணவு வகைகளை அவள் மகன் வெளியறைக்குக் கொண்டுவந்து கொடுத்துக்கொண்டிருந்தான். எலும்பும் தோலுமாக இளைத்துப் போயிருந்த மஹமத்கானால் உட்கார்ந்த இடத்திலிருந்து எழுந்துகொள்வதே பெரும்பாடாக இருந்தது.

நாதிரா எழுந்து நடுவீட்டிற்கு வந்தாள். கட்டுப்படுத்த முடியாமல் அவள் திரையைச் சற்று மெதுவாக விலக்கி அங்கே விருந்து உண்டு கொண்டிருந்தவர்களைப் பார்த்தாள். கடைசியில் அவளது பார்வை அலியின் மீது பதிந்தது.

தன் உண்மையான கணவனையும் தன் குழந்தையையும் மீண்டும் அடைய வேண்டுமென்றால் இவருக்கு இந்த ஓர் இரவு தன் உடலை ஒப்படைத்தே ஆக வேண்டும். நிகாஹ் என்னவோ முடிந்துவிட்டது. இனி, தான் இவருடன் இந்த இரவைக் கழித்தேயாக வேண்டும். பிறகு, காலையில் தலாக் கொடுத்துவிட்டு அவர் புறப்பட்டுப் போய்விடுவார். அதன் பிறகு மூன்று மாதங்களானதும் கணவன் ரஷீதுடன் தன் மறுமணம்!

ஆண்களின் பந்தி முடிந்தது. ஃபாத்திமா வந்து மகளைச் சாப்பிட அழைத்தார். நாதிரா எழுந்து உணர்வேயில்லாமல் தாயைப் பின்தொடர்ந்தாள். தாயுடன் சாப்பிட உட்கார்ந்தாலும் ஒரு கவளம்கூட அவள் தொண்டையில் இறங்கவில்லை.

வெளியறையிலிருந்து தந்தையின் குரல் கேட்டது.

“என்ன... அறைக்கு அனுப்பு” - எந்தக் கவலையும் இல்லாமல் ஆணையிட்டார் கான்.

தாய் மகளின் அருகில் வந்தார். மகளுக்குப் புதுப் புடவையொன்றை உடுத்தினார். மகளின் தலையைத் தடவி, “அல்லா உனக்குக் கருணை காட்டட்டும்” என்று தன் துக்கத்தை அடக்கிக்கொண்டு கூறினார்.

நாதிரா ஒரு நிமிடம் அங்கேயே தயங்கி நின்றாள். பிறகு, "உம்மா, நான் கொஞ்சம் வெளியே போயிட்டு வர்றேன். என்னமோ தெரியலே, வயித்துக்குள்ள என்னமோ பண்ணுது" என்று முகத்தைச் சுருக்கிக்கொண்டு சொன்னாள்.

"நானும்கூட வரட்டுமாம்மா?" - பரிவோடு தாய் கேட்டார்.

"வேணாம்மா, ஒருதடவ வெளியே போய் வந்தா சரியாயிடும். நானே போயிட்டு வந்துடறேன்..."

பாப்புவைப் பெற்றெடுக்கும்போது நான் சாகவில்லை; அப்போது பிழைத்து, இப்போது நாள்தோறும் செத்துக் கொண்டிருக்கிறேன்.

நாதிரா நேராக ஆற்றங்கரைக்கு வந்தாள். விடாமல் பெய்துகொண்டிருந்த மழை இப்போது நின்றிருந்தது. பௌர்ணமி நாளாக இருந்தும் வானத்தில் கனத்த மேகங்கள் சூழ்ந்திருந்ததால் நிலவைக் காணவேயில்லை. நாதிரா சற்று நேரம் ஆற்றங்கரையில் நின்று தன் அன்பான சந்திரகிரியையும் அதற்கு அப்பால் தெரியும் பாகோடு கிராமத்தையும் பார்த்தாள். அங்கிருந்து அவள் ஆற்றங்கரையோரமாகவே நடந்து தோணித்துறைக்கு வந்தாள். துறைக்கு அருகில் சில தோணிகள் இருந்தன. மழைக்கால இரவானதால் இந்த நேரத்தில் ஆற்றைக் கடப்பவர்கள் யாரும் இருக்கவில்லை. மசூதியின் பக்கம் வந்தாள். மசூதியிலும் யாரும் காணோம். மசூதியின் வாசலில் இருந்த 'கோரி'களைக் கண்டு சிறுவயதில் பயப்படுவாள். சிறுவயதில் மசூதியின் பக்கத்திலிருந்த ஒற்றையடிப் பாதையில் தாயுடன் எங்காவது நடந்துபோகும்போது அவள் அந்தக் 'கோரி'களின் பக்கம் பார்க்கவே மாட்டாள்.

இன்று அவளுக்கு எந்தவிதமான அச்சமும் ஏற்படவேயில்லை. அலியைப் பார்த்த பிறகு, அவனுடன் ஓர் இரவைக் கழிக்க வேண்டுமென்று ஆனதும் அவள் அப்போதே பாதி இறந்து போயிருந்தாள். ஏதோ ஒரு கற்பனை உலகம் அவளைக் கைவீசி அழைத்துக்கொண்டிருந்தது. மசூதியின் தடாகத்தின் அருகில் வந்து சற்று நேரம் அவள் அந்தத் தடாகத்தின் நீரையே உற்றுப் பார்த்தாள். நீரில் ரஷீத், பாப்புவின் முகங்கள் மிதந்துவந்தன.

"அல்லா கருணை வைத்தால் நாம் நியாயத் தீர்ப்பு நாளன்று ஒன்று சேரலாம்!" என்று தடாகத்தில் எகிறிக் குதித்துவிட்டாள். சிறிது நேரம் தடாகத்து நீர் அலைபாய்ந்து மெதுவாக அமைதியடைந்தது. கனத்த மேகங்கள் மீண்டும் ஒன்றுடன் ஒன்று மோதிப் பேய்மழையாகக் கொட்டத் தொடங்கியது.

பின்னுரை

நேரடிச் சாட்சியம்

ஸர்மிளா ஸெய்யித், எழுத்தாளர்

"உங்களுக்கு ஏதாவது பிடிக்கவில்லையென்றால், அதனை மாற்றுங்கள். மாற்ற முடியாவிட்டால், உங்கள் அணுகுமுறையை மாற்றிக் கொள்ளுங்கள்."

- மாயா ஏஞ்சலோ சொல்லிய இந்த வரிகளைத்தான் நாதிரா நினைவுபடுத்துகிறாள். அறிமுகமேயற்ற எந்த விதத்திலும் இணக்கமற்ற வகையில், ஓர் ஆணுக்குத் தன் உடலைத் தீனியாகக் கொடுப்பதை அருவருத்து தனக்குள்ளேயே மருகி மருகி மெல்ல மெல்லக் கரைந்து, ஊண் உறக்கம் மறந்து அஞ்சி ஒடுங்கும் அவளின் வாட்டம் நம்மையுமே துவண்டுபோகச் செய்கிறது. நடப்பவை எதனையும் மாற்ற முடியாது என்று முற்றாக உணர்ந்து சாவதற்கு துணிகின்றபோது அவளுக்குத் துளியும் அச்சமில்லை. வாசக மனம் அவளின் சாவை பெருமூச்சுடன் ஏற்றுக்கொள்கிறது. சின்னதொரு குடுவைக்குள் அகப்பட விரும்பாத மீன் பரந்த ஆழமான ஆற்றினுள் துள்ளிக்கொண்டு நீந்தித் தப்பி ஓடுவதை யார் மனம்தான் விரும்பாது?

கண்ணெதிரே தனக்கு எதிராக நடப்பவற்றை மாற்றமுடியாதபோது தன் அணுகுமுறையை மாற்றிக்கொள்கிறாள் நாதிரா. மரணம்தான் அவளது அணுகுமுறை. மரணம்தான் அவளின் வெற்றி. அவள் வாழ்ந்த அமைப்பு வேறெதனையும் அவளுக்குச் சொல்லித் தரவில்லை. பிறப்புத் தொடங்கி எல்லாக்

காலத்திலும் தனது எல்லாத் துக்கங்கள், ஏக்கங்கள், கனவுகள், ஆசைகளுக்கும் ஒரே சாட்சியாக இருந்த சந்திரகிரி ஆற்றைத் தனியாகப் படகில் கடப்பதற்குக்கூட அனுமதிக்காத அமைப்புக்குள் வேறு மார்க்கங்களைப் பற்றிச் சிந்திக்கவே முடியாதவள் அந்த ஆற்றிலே மூழ்கிப்போவதுதானே அவள் தேர்ந்தெடுக்க முடியுமான மாற்றத்திற்கான அணுகுமுறை!

மத ஆதிக்கமும் ஆண் முன்னிலை சமூக அமைப்புமுள்ள பெண் வெறுப்புப் பண்புகளின் சிக்கலான கட்டமைப்புகளை எளிமையாக கட்டவிழ்த்துக் காட்டுகின்ற பெண் அகநிலைக் கதையின் மையக் கதாபாத்திரமான நாதிராவை வாசகர் யாருமே எளிதில் மறந்துவிட முடியாது. அவ்வளவு திண்மையான இந்தக் கதாபாத்திரம், கதையாசிரியர் சாரா அபூபக்கரின் கற்பனைப் பாத்திரமல்ல. கர்நாடகாவையும் கேரளாவையும் ஒட்டிய கடலோர இஸ்லாமிய சமூகங்களில் முஸ்லிம் பெண்களின் வாழ்க்கையை நாடிபிடித்தறிந்து தன் கண்கள் வழியாகவும் செவிகள் வழியாகவும் இதயத்திற்குள் இறங்கி அடங்க மறுத்த கதைகளுக்கே சாரா அபூபக்கர் உயிர் கொடுத்துள்ளார்.

எப்போதும் சௌகரியமாக இருக்க விரும்புபவர்கள் சர்ச்சைக்குரிய இடங்களில் மாற்றம் செய்யமாட்டார்கள் என்கின்ற ஆழமான உண்மையை நாதிராவின் வாழ்க்கை வழி சாரா அபூபக்கர் தெளிவுபடுத்துகிறார். ஆண்களின் தீர்ப்புகளைப் பற்றி எதுவும் தெரியாதவள் எனினும், கணவன் ரஷீத்துடன் மீண்டும் இணைந்து வாழ்வதற்கான கனவுகளை வளர்க்கும் நாதிரா, மதம் அனுமதிக்கும் வழியில் இரண்டாவதாக ஒரு திருமணம் செய்து விவாகரத்துப் பெற்றால் மட்டுமே காதல் கணவனைச் சேரலாம் என்றறியும்போது அவளை அவநம்பிக்கையும் வெறுப்பும் சூழ்கிறது. உறுதியாக இரண்டாவது திருமணத்தை மறுக்கிறாள். வெறுக்கிறாள். ஒரேயொரு நாள் புதிய கணவனுடன் இருந்தால் போதும் என்று அவளை எல்லாரும் சமாதானப்படுத்துகிறார்கள். அவளின் கணவன் ரஷீத்துக்குக்கூட இதில் எந்த வருத்தமுமோ மனச் சலனமோ இல்லை, அல்லாஹ்வின் தீர்ப்பை அவனால் மாற்ற முடியுமா என்று மாமியார் வந்து சொல்கிறாள். பெண்ணின் விருப்பத்தைப் பற்றி, இது பற்றி அவள் என்ன கருதுகிறாள் என்பதை, அவளுக்கும் அபிப்பிராயம் இருக்க முடியும் என்பதைப் பற்றியெல்லாம் யாருக்குமே எந்தக் கேள்வியுமில்லை. அந்த ஊரில்

இதுபோன்ற ஒரு நாள் திருமணத்திற்கென்றே ஓதிவிடப்பட்ட ஒரு மனிதர்கூட உள்ளார் என்பதுபோன்ற அதிர்ச்சியுண்டாக்கும் எதைப் பற்றியும் கருத்துக்கூறத் தகுதியற்றவள், இந்த ஒரு நாள் திருமண உறவினால் தான் கருவுற்றால் என்ன ஆகும் என்று தாயைக் கேட்கிறாள். அப்படி நேர்ந்தால் நிகழ்கால புதிய கணவனிடமிருந்து விவாகரத்துப் பெற குழந்தை பிறக்கும் வரையிலும் அவள் காத்திருக்க வேண்டும் என்கின்ற தீர்ப்பைச் சொல்கிறார்கள். அப்போதே நாதிராவுக்குப் புரிந்து விடுகிறது. தன்னைக் காப்பாற்ற யாருமே முன்வரப்போவதில்லை. யாருமே சர்ச்சைக்குரிய இடத்திலிருந்து தனக்கு மீட்பளிக்கப்போவதில்லை.

சமூக, அரசியல் அதிகாரங்களை தங்களுக்கு வசதியாக வளைத்துக் கொண்டிருக்கும் ஏனைய எல்லா மதங்களையும் போலவே இஸ்லாமிய சமூகத்திலும் ஆண்களின் சட்டங்கள் பெண்களின் கௌரவங்களைக் காலுக்கு அடியிலும் ஒளிபடாத நிலவறைகளிலும் வைத்துள்ளது.

இஸ்லாமிய உலகக் கண்ணோட்டத்தின்படி, குர்ஆனிலும் ஹதீஸ்களிலும் பெண்களின் உரிமைகள் தெளிவாக விவரிக்கப்பட்டுள்ளதாக பொருள்கோரப்படுகிறது எனினும், பெண்களின் வாழ்வில் தாக்கத்தை ஏற்படுத்தும் அனைத்து விடயங்களிலும் பெண்களின் உரிமைகள் குறிப்பாக சம உரிமை நிராகரிக்கப்பட்டே வருகிறது என்பதையும் இந்த நிராகரிப்பு இஸ்லாமிய ஆட்சி நடைபெறும் அரபு தேசங்களில் மட்டுமல்ல, முஸ்லிம்கள் சிறுபான்மையாக வாழுகின்ற நாடுகளிலும் புழக்கத்தில் உள்ளது என்பதற்கும் இந்தக் கதையும் ஒரு சாட்சி. இந்தக் கதை வெளியிடப்பட்டு நாற்பது ஆண்டுகள் கடந்தோடிவிட்டதால் மத பழமைவாதக் கூறுகளில் மாற்றம் நிகழ்ந்துவிட்டதாக நம்பிவிடுவதற்கில்லை. எத்தனை ஆண்டுகள் கடந்தாலும் மதப் பாரம்பரியங்களில் மாற்றம் நிகழ்வதற்கில்லை. பெண்கள் ஆட்சிப் பொறுப்புகளில் இருப்பதற்கு, சட்டமன்றங்களில் அமர்வதற்கு தகுதியற்றவர்கள் என்று பிதற்றும் இஸ்லாமிய மார்க்க அறிஞர்கள் இன்னமும் உலகளாவிய ரீதியில் இருந்து கொண்டிருக்கிறார்கள். இஸ்லாமியச் சட்டம் எனப்படும் ஷரீஆ முறைப்படி முஸ்லிம் விவாக விவாகரத்துச் சட்டங்களில் தீர்ப்பளிக்கும் காதி நீதிமன்றங்களில் நீதிபதியாகுவதற்கு பெண்கள் தகுதியற்றவர்கள் என்று பூகோளரீதியாக இந்தக் கதைக் களத்திற்கு

மிகச் சமீபமாக இந்து சமுத்திரத்திலிருக்கும் இலங்கை நாட்டில் இன்றளவும் இஸ்லாமிய ஆண்கள் போராடுகிறார்கள். அவள் சட்டம் பயின்ற சட்டத்தரணியே என்றாலும் அவர்களின் நிலைப்பாடுகளில் மாற்றமில்லை. சட்டத்துறையிலும் சட்டம் இயற்றக்கூடிய, அதிகாரமுள்ள ஆட்சித் துறையிலிருந்தும் பெண்களைத் திட்டவட்டமாக ஒதுக்கித்தள்ளும் மத அமைப்பு முற்றிலும் ஆண்களையே உள்வாங்குகிறது. தாங்கள் விரும்பும் சட்டங்களை இயற்றிவைத்துக் காலங்காலமாகப் பாதுகாத்தும் வரும் காவலர்களாக ஆண்கள் உள்ளார்கள்.

இலங்கையில் நடைமுறையிலுள்ள இஸ்லாமிய விவாக விவாகரத்துச் சட்டத்திற்கமைய, திருமண உடன்படிக்கையில் கையெழுத்திட பெண்ணுக்கு அனுமதியில்லை. அவள் சார்பாக ஆண்களே பொறுப்புதாரியாக இருக்கவேண்டும், திருமணத்திற்குச் சாட்சியாக ஆண்களே இருக்க முடியும் போன்ற சட்டங்களை இஸ்லாமிய ஆட்சிகள் நிலவும் நாடுகளை விடவும், இஸ்லாமிய ஆட்சி நடைபெறாத நாடுகளில் சிறுபான்மை முஸ்லிம்கள் அதிக இறுக்கமாக பின்பற்றுவதற்கு இந்தியாவும் இலங்கையும் நல்ல எடுத்துக்காட்டு.

சவூதி அரேபியா 2015களில்தான் பெண்களுக்கு வாக்குரிமையே அளித்தது. இதுகூடப் பெண்களின் வாக்குரிமை மூலம் நவீன உலக ஒழுங்கில் அதிகாரத்தைத் தக்கவைப்பதற்கும் இஸ்லாமிய அரசை நிறுவுவதற்கும்தான். சமீபத்திய ஆண்டுகளில்தான் ஜமாத் - இ-இஸ்லாமி போன்ற இஸ்லாமிய அரசியல் குழுக்களும் ஈரான், பங்களாதேஷ், பாகிஸ்தான் போன்ற நாடுகளும் ‘ஜனநாயகம்’ என்ற கருத்தியலைக் குறைந்தபட்சம் ஒரு வழிமுறையாக ஏற்றுக்கொண்டன. இந்த நாடுகளில் ‘ஜனநாயகம்’ கருத்தியலால் பெண்களின் உரிமைகளில் குறிப்பிடத்தக்க மாற்றம் எதுவுமே நிகழவில்லை. அதற்கான சாத்தியங்களையும் காணமுடியவில்லை.

சந்திரகிரி ஆற்றங்கரையில் கதையானது, இஸ்லாமிய சமூகங்களில் நிகழும் முத்தலாக் நடைமுறையை மையக்கருவாகக் கொண்டிருக்கிறது. சிறுமி நாதிரா வன்முறையும் அகங்கார குணமும் கொண்ட தந்தையினால் அக்கால நடைமுறைப்படி குறைந்த வயதிலும், அவள் சம்மதமில்லாமலும் திருமணம் முடித்துவைக்கப்படுகிறாள். அவள் அஞ்சியதுபோலில்லாமல் மணவாழ்க்கை மகிழ்ச்சியாக மாறுகிறது. குறுகிய காலத்திலேயே

அவளின் ஆசை வாழ்வில் அனல் காற்று வீசுவதற்கு அவள் வாழ்வில் சம்பந்தப்படும் இரு ஆண்களுமே காரணமாகிறார்கள். நாதிராவின் தகப்பனார் மஹமத் கான், அவளின் கணவன் ரஷீத் இருவரினதும் ஆண் திமிர், வறட்டுக் கௌரவங்களுக்கு வசதியாக மதத்தின் நடைமுறைகளும் இருக்கின்றன. ஆணாதிக்கத்திற்கும் மதத்திற்குமிடையிலான தேர்ந்தெடுக்கப்பட்ட தொடர்புகளின் புள்ளிகள் இணையும் இடமாக நாதிராவுக்குத் தெரியாமலேயே அவள் விவாகரத்தானவளாகிறாள்.

விவாகரத்தான தம்பதிகள் ஒருவரையொருவர் சமரசம் செய்துகொண்டு மீண்டும் இணைந்து வாழ அல்லது மறுமணம் செய்துகொள்ள விரும்புவது அரிதாக இருக்கலாம். ஆனால், இது நடப்பதற்கு சாத்தியமான ஒன்றே. எத்தனையோ மனப்போராட்டங்களுக்கும் கஷ்டங்களுக்கும் பிறகு தனக்கு எந்தவிதத்திலும் தொடர்புபடாத விவாகரத்திலிருந்து நீங்கி தன் கணவனுடன் மீண்டும் இணைந்து வாழ்வதற்கான வாய்ப்பை எட்டிப்பிடிக்கும் நாதிராவின் நம்பிக்கைகளை மதத்தின் விசித்திரமான திருமணச் சட்டம் அப்படியே சுட்டுப் பொசுக்குகிறது.

விவாகரத்தான தம்பதிகள் ஒருவரையொருவர் மறுமணம் செய்து கொள்ளலாம். ஆனால், மனைவி முதலில் வேறோர் ஆணை மணந்து, உடலுறவு கொண்டால், இந்த இரண்டாவது ஆண் அவளை விவாகரத்து செய்தால் மட்டுமே சாத்தியம் என்கிறது விசித்திரச் சட்டம்.

விவாகரத்துப் பெற்ற தம்பதிகள் ஒருவரையொருவர் சமரசம் செய்துகொண்டு மணவாழ்வைத் தொடங்குவதற்குக் குறுக்காக எழுதப்பட்ட இந்தச் சட்டம் அல் குர்ஆன் சூரா 2:230 அத்தியாயத்தில் உள்ளது.

கணவன் தனது மனைவியை (மூன்றாவது முறையாக) விவாகரத்து செய்தால், இந்த (முழுமையான) விவாகரத்துக்குப் பிறகு, அவள் வேறொரு கணவனை மணந்து, இரண்டாவது கணவன் அவளை விவாகரத்து செய்தால், முன்னைய கணவனுடன் அவள் மீண்டும் ஒன்றிணைவது அனுமதிக்கப்படுகிறது. இவை அல்லாஹ்வினால் நிர்ணயிக்கப்பட்ட வரம்புகளாகும்.

இஸ்லாமிய மதத்தின் அடிப்படையில், ஒரு பெண்ணின்

மாதாந்திரச் சுழற்சியுடன் ஒருங்கிணைக்கப்பட்டதாகவே மூன்று-நிலை செயல்முறையின் அடிப்படையில் இறுதியான முழுமையான விவாகரத்து கட்டமைக்கப்பட்டுள்ளது. அதாவது ஓர் ஆண் தன் மனைவியை மாதவிடாய்க்குப் பிறகுதான் விவாகரத்துச் செய்யமுடியும்.

இந்த ஏற்பாடு அவள் கருத்தரித்தவளா இல்லையா என்பதை அறிவதற்கு மட்டுமல்ல, மனிதர்களின் இயல்பான கோபம் போன்ற அவசரகாலச் செயலைச் சரிபார்ப்பதற்கும், நல்லிணக்கத்திற்கான கதவைத் திறந்து வைப்பதற்குமான வாய்ப்பைக் குறிக்கிறது.

குர்ஆன் கற்பித்தபடி தலாக் உச்சரிப்பதற்குச் சரியான முறையென்று சொல்லப்படுவது என்னவென்றால், விவாகரத்து தவிர்க்க முடியாததாக இருக்கும்பட்சத்தில் அது மனைவி முன்னிலையில் உச்சரிக்கப்படவேண்டும் என்றும், ஒரு மாதவிடாய் சுழற்சி ஒவ்வொரு தலாக்கிற்கும் இடைப்பட்ட கால இடைவெளியாக இருக்கவேண்டும் என்றும் விவரிக்கப்படுகிறது. மூன்றாவது தலாக் இறுதியானதும் முழுமையானதுமான விவாகரத்து எனப்படுகிறது.

முதல் முறை தலாக் கூறி இரண்டாவது தலாக்கை உச்சரிப்பதற்காக பெண்ணின் மாதவிடாய் சுழற்சி முடியும்வரை காத்திருக்க வேண்டும். அவ்வாறே இரண்டாவது மூன்றாவதற்கும் காத்திருக்க வேண்டும். இந்த இடைவெளி 'கூலிங் ஆஃப்' காலத்தை அனுமதிக்கிறது. இந்தக் கால இடைவெளியில் தம்பதியர் மீண்டும் இணைந்து கொள்வது அனுமதிக்கப்படுகிறது.

நாதிரா விடயத்தில் இந்த நடைமுறைகள் எதுவுமே பின்பற்றப்படவில்லை. அவளின் கணவன் ரஷீத் மாமனாரின் கோப ஆவேசத்தினால் உந்தப்பட்டு, மனைவி பற்றிய எந்தச் சிந்தனையுமில்லாமல் உண்மையை அறிந்துகொள்வதில் குறைந்தபட்சம் தன் மனைவியை நேரே சந்தித்து அவளின் மன உணர்வுகளைத் தெரிந்துகொள்வதற்கான எந்த முயற்சியையும் காட்டாமல் மூன்று தலாக்குகளையும் ஒரே தடவையில் உச்சரிக்கிறான். இதனைப் பள்ளிவாசலில் மார்க்க அறிஞர் எனப்படும் மௌலவி முன்னிலையிலேயே உச்சரிக்கிறான். இங்கு சம்பந்தப்பட்ட எந்த ஆணுக்கும் இந்த வழக்கில் பிரதானமாக இருக்கும் நாதிரா என்கின்ற பெண்ணைப் பற்றி எந்த

அக்கறையுமில்லை. அவளைப் பொருட்படுத்துவதற்கான எந்தத் தேவையும் அவர்களுக்கில்லை. அவர்களைப் பொறுத்தவரையில் பெண் அவர்களுக்கு உடமையானவள், தங்கள் இஷ்டம்போல் கையாளப்படவேண்டியவள். அவள் ஒப்புதல் இல்லாமல் திருமணத்தை நடத்தவும் அவள் ஒப்புதல் இல்லாமல் விவாகரத்தை முடிக்கவும் எல்லாம் ஆண்களால் முடிகிறது.

நடைமுறையில் இருக்கும் இஸ்லாமிய ஷரீஆ சட்டம், விவாகரத்துக்கு உரிய படிமுறைகள் எதனையும் முறையாகப் பின்பற்றாமல், விரைவாக அடுத்தடுத்த தலாக்குகளைக் கூறி பெண்ணுக்கு விவாகரத்து வழங்க ஓர் ஆணை அனுமதிக்கிறது. உண்மையில் விவாகரத்துக்கான உரிமை முற்றிலும் கணவனுக்குச் சாதகமாக மட்டுமே உள்ளது. இஸ்லாமிய சட்டத்தில், ஒரு பெண் தன் கணவரின் விருப்பத்திற்கு மாறாக விவாகரத்து செய்வது மிகவும் கடினம்.

நடைமுறை ஷரீஆ சட்டம் பெண்களைப் பாதுகாப்பதிலும் திருமணத்தைக் கௌரவிப்பதிலும் போதுமான அளவு ஆழம்போகவில்லை. நீதிக்குப் புறம்பான முறையில் பெண்ணின் உரிமையும் கௌரவமும் முற்றாகப் புறக்கணிக்கப்பட்ட நிலையில் ஒரு விவாகரத்து நடந்து, தம்பதிகள் உண்மை நிலையை அறிந்து கருத்து வேறுபாடுகளைக் களைந்து அல்லது இழைக்கப்பட்ட அநீதியை, நயவஞ்சகத்தைத் தெரிந்து உணர்ந்து திருந்தி மறுமணம் செய்வதற்கு அல்லது இணைவதற்குத் தடையாக வினோதமான முற்றிலும் நேர்மையற்ற விதிமுறை உள்ளது.

இந்த விதிமுறையானது, திருமணத்தையே அவமதிக்கிறது. இது காரணமேயில்லாமல் பெண்ணுக்கும் மற்றோர் ஆணுக்கும் இடையே இரண்டாவது விவாகரத்தைத் திணிக்கிறது. அசல் தம்பதிகளின் நல்லிணக்கத்திற்குச் சாத்தியமான பாதையில் முட்களைப் பரப்புகிறது. முதல் விவாகரத்து பெற்ற தம்பதிகள் தங்கள் வேறுபாடுகளைச் சரிசெய்து மீண்டும் ஒன்றிணைவதற்கு ஏன் இரண்டாவது திருமணம் செய்துகொள்ள வேண்டும்? அதிலும் ஏன் இந்த நடைமுறை பெண்ணின்மீது சுமத்தப்படுகிறது? விபச்சாரத்தை அனுமதிப்பதற்கும் இதற்கும் பெரிய வேறுபாடு இருப்பதாகத் தெரியவில்லை. ஆனால், இதுபோன்ற கேள்விகள் இறை விசுவாசத்திற்கு எதிரானவை எனப்படுகின்றன.

மனிதர்கள் இணைவதையும் பிரிவதையும் மீண்டும் சேர விரும்புவதையும் சட்டங்களால் கட்டுப்படுத்துவது மனிதாபிமானத்திற்கு விரோதமான செயல். எனினும், ஒரு முழுமையான விவாகரத்துக்குப் பிறகு தம்பதிகள் மீண்டும் சமரசம் செய்வதெனில் ஒரு நீதி விசாரணை அவசியம் என்றிருந்தால்கூட ஏற்றுக்கொள்ளமுடியும். அசல் தம்பதிகள் மீண்டும் இணைவதற்கு முன் இரண்டாவது திருமணம் அதிலிருந்து இரண்டாவது விவாகரத்து போன்ற தடைகளை வைப்பது குழப்பகரமானது. அவசியமேயற்றது.

அவசர கதியில் மூன்று தலாக்குகளையும் உச்சரித்த உதடுகள் மூடிக்கொள்வதற்குள் இன்னொரு திருமணம் செய்துகொள்கின்ற ஆண்களே எதார்த்த உலகில் அதிகம். முத்தலாக்கிற்கு எதிராக இந்திய இஸ்லாமியப் பெண்கள் போராடியதற்கு இதுவும் ஒரு காரணம். ஒரு வகையில் இந்த நாவல் நாற்பது ஆண்டுகளுக்கு முன்பு எழுதப்பட்ட நாதிராவின் கதை எனினும், *2019*, ஜுலை *25*-ம் தேதி இந்திய மக்களவையிலும் *30*-ம் தேதி மாநிலங்களவையிலும் நிறைவேற்றப்பட்ட முத்தலாக் தடைச் சட்டத்தின் நியாயத்திலும் கவனத்தைக் குவிக்கிறது. ‘ஒரே நேரத்தில் மூன்று முறை ‘தலாக்’ உச்சரித்து விவாகரத்து செய்வது சட்டத்துக்குப் புறம்பானது’ என்பதே இந்திய மக்களவையிலும் மாநிலங்களவையிலும் இயற்றப்பட்ட சட்ட மசோதாவின் சுருக்கம். மேலும், நேரிலும், எழுத்து, கடிதம், இ-மெயில், எஸ்.எம்.எஸ், வாட்ஸ் அப் உள்ளிட்ட மின்னணு சாதனங்கள் வழியேயாகவும் கால இடைவெளியின்றி, உரிய விதிகளைப் பின்பற்றாமல் விரைவாக தலாக் உச்சரிப்பதையும் சட்டவிரோதம் என்கிறது இந்தச் சட்ட மசோதா.

எதைத்தான் சட்டம், சட்டவிரோதம் என்று மசோதாக்களில் எழுதிவைத்துக் கொண்டாலும் பெண்களின் முழுமையான கௌரவத்தையும் மதிப்புணர்வையும் உறுதி செய்வதற்கான வழிகளில் ஆணாதிக்கம் குறுக்காக நிற்கிறது. இந்த நாவல் முழுவதிலும் எல்லாவற்றையும் ஆண்களே முடிவு செய்கிறார்கள். எந்த அறஉணர்ச்சியுமில்லாமல் தங்களுக்கு வசதியானபடி பெண்களை வளைப்பதிலேயே குறியாக இருக்கிறார்கள். பெண் உயிருள்ள மனுஷி என்றோ, அவளுக்கும் இதயம் உண்டென்றோ இந்தக் கதையில் வரும் ஆண்கள் யாரும் துளியும் எண்ணிப்பார்க்கவில்லை. அவ்வளவு நேசத்துக்குரியவளாக இருந்தபோதும் அவளின்

சூழ்நிலையை நன்றாகத் தெரிந்து கொண்டிருந்தபோதும் தாயையே அனுப்பி மகனை கடத்திக்கொண்டுபோகிறான் நாதிராவின் கணவன் ரஷீத். அவனைப் பொருத்தவரையில் குழந்தை அவனின் வாரிசு. பத்து மாதங்கள் சுமந்து ரத்தமும் சதையுமாகப் பெற்றெடுத்து முலைப்பாலூட்டிக் கொண்டிருக்கும் நாதிரா என்கின்ற பிள்ளை பெறும் இயந்திரம் பற்றி எந்தப் பிரக்ஞையும் அவனுக்கில்லை. இந்த இயந்திரம் இல்லையென்றால் இன்னோர் இயந்திரத்தை அவனால் உரிமையாக்கிக் கொள்வதொன்றும் அவன் வாழும் சமுதாயத்தில் கடின காரியமுமில்லை. மனைவியாக, குழந்தையின் தாயாக ஒரு மனுஷியாக அவள் பொருட்படுத்தப்படவில்லை. தன்னை அழைத்துக் கொண்டுபோகத்தான் மாமியார் வந்துள்ளார் என்று எண்ணிக்கொண்டு அவருடன் புறப்பட்டுச் செல்வதற்காகத் தயாராகிய நிலையில் ஏமாற்றத்தில் கதறும் நாதிராக்கள் இன்னமும் நம் மத்தியில் உள்ளார்கள். நாதிராவின் தகப்பனார், கணவன் போன்ற ஆண்களுக்கும் விவாகரத்திற்குப் பிறகு பிள்ளைகளுக்குரிய பராமரிப்புத் தொகையைச் செலுத்தாமல் அதைக் கொடுக்கக்கூடாதென்பதற்காகவே குழந்தைகளைப் பந்தயமாக்கும் ஆண்களுக்கும்தான் மதங்களின் சட்டங்களும் விதிகளும் வினோதப் பிரஸ்தாபிப்புகளும் சாதகமாக இருக்கின்றன.

"மனித முன்னேற்றம் தானாகவோ, தவிர்க்க முடியாததாகவோ ஏற்படுவதில்லை, நீதியின் இலக்கை நோக்கிய ஒவ்வொரு அடியிலும் தியாகம், துன்பம், போராட்டமும், அர்ப்பணிப்புள்ள நபர்களின் அயராத உழைப்பும் தீவிர அக்கறையும் தேவை" என்பார் மார்ட்டின் லூதர் கிங். 'சந்திரகிரி ஆற்றங்கரையில்' நாவல் நீதியின் இலக்கை நோக்கிய பயணத்தில் வெளிச்சமாகத் தொடரும் ஒரு தீப்பொறி.

'சந்திரகிரிய தீரதல்லி' (Chandragiriya Teeradalli) என்ற பெயரில் கன்னட மொழியில் 1981-ம் ஆண்டில் எழுதப்பட்ட இந்த நாவல் அதே ஆண்டு ஆங்கிலத்தில் 'பிரேக்கிங் டைஸ்' என மொழிபெயர்க்கப்பட்டது. பதின்மூன்றுக்கும் அதிகமான இந்திய மொழிகளில் மொழிமாற்றம் செய்யப்பட்டுள்ள இந்த நாவலுக்கு கன்னட சாகித்திய அகாடமி விருது வழங்கிய பின்னர், சாரா அபூபக்கர் அளித்த ஒரு நேர்காணலில் சொல்லியிருந்த ஒரு விடயம் அவரில் மதிப்பைக் கூட்டுகிறது. "இந்த நாவலுக்கு விருது கிடைக்கின்ற வரையிலும் சாகித்திய அகாடமி என்றொரு

அமைப்பு இருப்பதே எனக்குத் தெரியாது. நான் விருதுகளுக்காக எழுதவில்லை. என் சமூகத்துப் பெண்களின் மனசாட்சியாக இருந்து எழுதுகிறேன்" - 1982-ம் ஆண்டில் செவ்வியொன்றில் சொல்லப்பட்ட இந்தக் கூற்று சாரா அபூபக்கரை சமுதாயப் பொறுப்புணர்வுமிக்க கலைஞராகவும் பெண்ணியலாளராகவும் உயர்த்துகிறது.

இந்த நாவல் திருமணம், விவாகரத்து, முத்தலாக் போன்ற சர்ச்சைக்குரிய பேசுபொருள்களை மையப்படுத்தியிருந்தாலும் சாரா அபூபக்கர் இந்தக் கதையில் பெண் கதாபாத்திரங்கள் வழியாக சமூக அமைப்பையும் கலாசாரங்களையும் தத்ரூபமாக நுட்பமாகக் காண்பிக்கிறார். இந்த நாவலில் வீடுகள் பெண்களின் அடைக்கலம். அவளின் அடையாளத்தைக் குறிக்கும் இடம். ஆண் 'வெளியில்' ஆட்சி செய்கிறான். வீட்டைச் சுற்றியுள்ள குறுகிய மட்டுப்படுத்தப்பட்ட பெண்களின் வெளியுலக அணுகல் ஆணின் விருப்பத்திற்கு ஏற்ப உள்ளது; அவள் அங்கு வீட்டு வேலைகளைச் செய்யலாம், ஜீவனாம்சத்திற்காக பீடிகள் செய்யலாம், தென்னோலைகளை முடையலாம், பசு, ஆடுகள், கோழிகளைப் பராமரிக்கலாம், திறந்த நெருப்பில் சமைக்கலாம், ஆனால் மற்ற ஆண்களைக் கண்டால் அவள் உள்ளே விரைந்து செல்ல வேண்டும். தனியாக வீட்டைத் தாண்டி எங்குமே அவள் செல்லமுடியாது.

ஆணாதிக்க மதிப்புகளின் மைய இயக்கியாக மதம் எப்படிச் செயற்படுகிறது, எத்தகைய விளைவுகளை உருவாக்குகிறது என்பதற்கு குடும்பங்களிலும் சமூகங்களிலும் பெண்களே கண்ணாடி. முஸ்லிம்களாயினும், முஸ்லிமல்லாதவர்களாயினும் ஆணாதிக்க விழுமியங்களை பரவலாக்கப் பெண்கள் மீதே அழுத்தங்களைப் பிரயோகிப்பர். ஆணாதிக்க விழுமியங்களுக்கு மதம் கூடுதல் ஆதரவையும் எளிய காரணத்தையும் கொண்டிருக்கிறது. ஆணாதிக்கமும் மதமும் சமூகங்களில் எந்த வகையிலும் தற்செயலானதோ சிறியதானதோ நிகழ்வு இல்லை.

19.12.2022

இந்த நாவல் திருமணம், விவாகரத்து, முத்தலாக் போன்ற சர்ச்சைக்குரிய பேசுபொருள்களை மையப்படுத்தியிருந்தாலும் சாரா அபூபக்கர் இந்தக் கதையில் பெண் கதாபாத்திரங்கள் வழியாக சமூக அமைப்பையும் கலாசாரங்களையும் நுட்பமாகக் காண்பிக்கிறார். இந்த நாவலில் வீடுகள் பெண்களின் அடைக்கலம். அவளின் அடையாளத்தைக் குறிக்கும் இடம். ஆண் 'வெளியில்' ஆட்சி செய்கிறான். வீட்டைச் சுற்றியுள்ள குறுகிய மட்டுப்படுத்தப்பட்ட பெண்களின் வெளியுலக அணுகல் ஆணின் விருப்பத்திற்கு ஏற்ப உள்ளது; அவள் அங்கு வீட்டு வேலைகளைச் செய்யலாம், ஜீவனாம்சத்திற்காக பீடிகள் செய்யலாம், தென்னோலைகளை முடையலாம், பசு, ஆடுகள், கோழிகளைப் பராமரிக்கலாம், திறந்த நெருப்பில் சமைக்கலாம், ஆனால், மற்ற ஆண்களைக் கண்டால் அவள் உள்ளே விரைந்து செல்ல வேண்டும். தனியாக வீட்டைத் தாண்டி எங்குமே அவள் செல்லமுடியாது.

– பின்னுரையில் எழுத்தாளர் ஸர்மிளா ஸெய்யித்

சாரா அபூபக்கர்

ஜூன் 30, 1936 அன்று கேரள மாநிலம் காசர்கோட்டில் இஸ்லாமியக் குடும்பம் ஒன்றில் பிறந்தார் சாரா அபூபக்கர். அவர் சார்ந்திருந்த இஸ்லாமிய பேரி சமூகப் பெண்களுக்கு 9–10 வயதிலேயே மணமுடித்துவிடுவது வழக்கம். இதை உடைத்தவர் வழக்கறிஞரான இவரின் தந்தை புதியபுர அகமது. 1953–ம் ஆண்டு பள்ளி இறுதித்தேர்வை சாரா முடிக்க, அதே ஆண்டு அவருக்கு அபூபக்கருடன் திருமணமானது. அடுத்த முப்பதாண்டுகாலம் நான்கு மகன்களையும் வளர்த்தெடுத்தார். கணவருக்கு மாறுதல் கிடைக்க, கர்நாடகாவில் கணவர் வீடமைத்த ஊர்களில் உள்ள நூலகங்களைத் தேடிச்சென்றார் சாரா. நிறைய பெண்களுடன் பழகும் வாய்ப்பும் அவருக்குக் கிடைத்தது. 1970கள் முதலே சிறுகதைகளும் கட்டுரைகளும் கன்னட இதழ்களுக்கு எழுதியனுப்பினார். ஆனால், இவரது முதல் படைப்பு 1981–ம் ஆண்டில்தான் ‘லங்கேஷ் பத்ரிகே’ இதழில் வெளியானது. அவ்விதழின் ஆசிரியர் தந்த ஊக்கத்தில் இஸ்லாமியப் பெண்களுக்கு எதிரான சமூக, குடும்ப ஒடுக்குமுறைகள் குறித்து தொடர்ச்சியாக எழுதத் தொடங்கினார். கர்நாடக சாகித்ய அகாதமி விருது, ராஜ்யோத்சவ விருது, தனசிந்தாமணி அத்திமப்பே விருது உள்ளிட்ட பல விருதுகளை வென்றிருக்கிறார். இவரது எழுத்துப்பணியைப் பாராட்டி 2009–ம் ஆண்டு கர்நாடக அரசு பாராட்டுத் தொகுதி ஒன்றை வெளியிட்டது. இஸ்லாமியப் பெண் எழுத்தாளர் ஒருவரது பாராட்டுத் தொகுதி வெளியானது அதுவே முதல்முறையாகும். 2010–ம் ஆண்டு ஹோட்டு கந்துவ முன்னா என்ற தன்வாழ்க்கைக் குறிப்பு நூலையும் சாரா எழுதியிருக்கிறார்.